കഥ

# ശംഖുപുഷ്പങ്ങൾ

സ്മിത ദാസ്

ഗ്രീൻ ബുക്സ്

green books private limited
gb building, civil lane road, ayyanthole,
thrissur- 680 003, kerala, ph: +91 487-2381066, 2381039
website: www.greenbooksindia.com
e-mail: info@greenbooksindia.com

branches:
thrissur 0487-2422515
thiruvananthapuram 0471-2335301
calicut 0495 4854662

*malayalam*
**sangupushpangal**
*story*
*by*
smitha das

published october 2023


cover design : s. mahendra

printed in india
manipal technologies ltd

isbn : 978-81-19486-71-7

---


₹ 170.00
GBPL/1327/2020

# സമർപ്പണം

കാലിപ്പേനയായ എന്നിൽ മഷി നിറച്ച്
കടലാസിൽ എഴുതുവാൻ യോഗ്യതയുള്ള
പേനയാക്കി മാറ്റിയ ദൈവത്തിന്...

നിന്റെ വാക്കുകൾ കവിതകളാണെന്ന്
പറഞ്ഞ് എഴുത്തിന്റെ ലോകത്തേക്ക്
എന്നെ കൈപിടിച്ചുയർത്തിയ
ദൈവതുല്യനായ ആ വലിയ മനുഷ്യന്...

## ഉള്ളടക്കം


**ആമുഖം** 09
*സ്മിത ദാസ്*

അവതാരിക
**പുതിയ കാലവും പുതുയാഥാർത്ഥ്യവും വരയ്ക്കുന്ന കഥകൾ** 13
*ആലങ്കോട് ലീലാകൃഷ്ണൻ*

**കഥകൾ**

ശംഖുപുഷ്പങ്ങൾ 17
അടഞ്ഞ കണ്ണിലെ വർണ്ണങ്ങൾ 21
സ്നേഹത്തിന്റെ തണുപ്പും നറുനിലാവും 25
വളർത്തുമൃഗങ്ങൾ 28
സൂര്യനും മഴയും 32
നിഴൽക്കൂത്ത് 37
ഇര 42
മത്സ്യകന്യക 47
ഓന്ത് 53
വവ്വാലുകൾ 60
മാംസം 66
ഗംഗ 77
യന്ത്രം 81
അസ്തമയം 84
ചുവന്ന തിര 87
ചിറകുകൾ 92
മൂടൽമഞ്ഞ് 99
നഷ്ടപ്പെട്ട സ്നേഹത്തിന്റെ പര്യായം 107
സമം വിപരീതം എന്നീ സമസ്യകൾ 112
പ്രണയത്തിര 115

# ആമുഖം

**മു**ട്ട വിരിഞ്ഞ് പുറത്ത് വന്ന് കോഴിക്കുഞ്ഞ് ആശ്ചര്യത്തോടെ ചുറ്റും നോക്കി തന്റെ അമ്മയോട് ചോദിച്ചു:

"അമ്മേ, ഈ ലോകം ഇത്രമാത്രം വലുതാണോ?"

അമ്മ അതുകേട്ട് ചിരിച്ചുകൊണ്ട് പറഞ്ഞു: "അല്ല കുഞ്ഞേ... ഈ വീടിനപ്പുറം നാല് വീട് കൂടിയുണ്ട്. അതാണ് ലോകം."

ഞാൻ ആ കോഴിയമ്മയല്ല, കോഴിക്കുഞ്ഞാണ്. തീരെ പരിചിതമല്ലാത്ത ഈ വലിയ ലോകത്ത്, 37 വയസ്സുവരെ യാതൊരു പ്രത്യേകതയുമില്ലാത്ത സാധാരണ ഒരു വീട്ടമ്മയുടെ ജീവിതത്തിലെ ഒട്ടും അസാധാരണമല്ലാത്ത ഒരു ദിവസത്തെ ഒരു ട്വിസ്റ്റ്. വാട്ട്സാപ്പ് ചാറ്റിനിടെ എനിക്കേറ്റവും പ്രിയപ്പെട്ട സുഹൃത്ത് എന്നോട് പറഞ്ഞു:

"നിന്റെ വാക്കുകൾ കവിതകളാണ്."

അവിശ്വസനീയമായി ഞാൻ തിരിഞ്ഞുനോക്കി. സത്യം! ഞാൻ കടന്നുവന്ന വഴികളിലെവിടെയോ ആ വാക്കുകളിലൂടെ ഒരു വാക്യമായി ഞാൻ ജനിച്ചിരിക്കുന്നു. അത് കമിഴാനും മുട്ടിലിഴയാനും തുടങ്ങിയിരിക്കുന്നു. പതുക്കെ നിൽക്കുവാനുള്ള ശ്രമത്തിലാണ്.

സുഹൃത്ത് പറഞ്ഞു: "വീഴില്ല. നീ നടന്ന് വാ... ഞാനിവിടെയുണ്ട്."

സ്വൽപം പേടിയോടെ ഞാൻ നിന്നു. പിന്നെ ഓരോ അടി വച്ച് മുന്നോട്ടു നടന്നു. സുഹൃത്ത് എന്നെ കൊണ്ടുപോയത് സ്വപ്നം കാണാൻപോലും അർഹതയില്ലാത്ത ആ വലിയ വിഹായസ്സിലേക്കാണ്. അവിടെ ഘനീഭവിച്ചു നിൽക്കുന്ന മേഘമുത്തുകളെ കണ്ടു. കൗതുകത്തോടെ എന്നിലെ കുട്ടി കൈനീട്ടി അതിനെ തൊട്ടു. പെയ്യാൻ

വെമ്പിനിൽക്കുന്നതുപോലെ അതെന്റെ മുകളിലേക്ക് പല വർണ്ണത്തിൽ വന്നു വീണു. എന്റെ ഹൃദയം നനഞ്ഞ് കുതിർന്ന് ആർദ്രമായി.

അടിത്തട്ടിലെവിടെയോ വീണു കിടന്നിരുന്ന വിത്ത് മുളയ്ക്കാൻ ധൃതി കാണിച്ചുതുടങ്ങി. എനിക്കോ പേറ്റുനോവും തുടങ്ങി. അർദ്ധബോധാവസ്ഥയിലെപ്പോഴോ പച്ചമാംസം തുളച്ച് ചോര ചീന്തിക്കൊണ്ട് എന്റെ ആദ്യ കഥ 'യന്ത്രം' പുറത്തുവന്നു.

ഞാനൊരു മനുഷ്യനാണെന്ന തിരിച്ചറിവുമായി. അടഞ്ഞ കണ്ണിലെ വർണ്ണങ്ങളിലൂടെ കൂട്ടിലടയ്ക്കപ്പെട്ട എന്നിലെ സ്വാതന്ത്ര്യത്തെ നീലാകാശത്തേക്ക് പറത്തിവിട്ടു. പിന്നെ ഉള്ളിലെവിടെയോ കൂടുകൂട്ടിയ നൊമ്പരത്തെ എന്റേതായ ഭാഷയിൽ എഴുതാൻ തുടങ്ങി.

കെവിൻ കാർട്ടറുടെ ലോകപ്രശസ്തമായ ഫോട്ടോയിലെ രംഗത്തിന് അടിക്കുറിപ്പെഴുതി. പിന്നെ അതെങ്ങനെ കഥായാക്കാം എന്ന് ചിന്തിച്ചു. അങ്ങനെ ആ കഥയുടെ അപ്പുറവും ഇപ്പുറവും കഥ മെനഞ്ഞു. അതിൽ നിന്നും ആ കഥ 'ഇര'യായി പുനർജ്ജനിച്ചു. എന്റെ രണ്ടാമത്തെ രചന.

കുട്ടിക്കാലത്തെപ്പോഴോ പിടിപെട്ട ഒരു പനിക്കിടെയുണ്ടായ അനുഭവമാണ് സ്നേഹത്തിന്റെ തണുപ്പും നറുനിലാവും. രണ്ടു വയസ്സിൽ നഷ്ടപ്പെട്ട അമ്മയുടെ സാന്നിദ്ധ്യം ഇതെഴുതുമ്പോൾ ഞാനനുഭവിച്ചിരുന്നു. ഏതാണ്ട് ഇതേ സ്വഭാവമുള്ള കഥയാണ് 'നഷ്ടപ്പെട്ട സ്നേഹത്തിന്റെ പര്യായം.'

മരിച്ചുപോയ തന്റെ ഭാര്യയുടെ അതേ മുഖച്ഛായയുള്ള മകളെ അതേ വേഷത്തിൽ കാണാനിട വന്ന ഒരു അച്ഛന്റെ മാനസികവ്യതിയാനങ്ങളാണ് 'ശംഖുപുഷ്പ'ത്തിൽ അവതരിപ്പിച്ചത്.

അസ്തമയത്തിന്റെ പശ്ചാത്തലത്തിൽ എഴുതിയ രണ്ട് കഥകളാണ് 'അസ്തമയ'വും 'ഗംഗ'യും. കഥാപാത്രങ്ങളുടെ മനസ്സിലെ ഉഷ്ണവും തണുപ്പും രണ്ട് കഥകളിൽ വ്യത്യസ്ത ഭാവത്തിൽ.

പിണറായിയിലെ സൗമ്യകേസ് സ്വസ്ഥത കെടുത്തിയപ്പോഴാണ് ചുവന്ന തിര നുരഞ്ഞ് പതയാൻ തുടങ്ങിയത്.

അതുകൊണ്ടുതന്നെ തൊടുപുഴയിലെ ഏഴു വയസ്സുകാരന്റെ കൊലപാതകത്തിന്റെ വിശദീകരണം ഞാൻ മനപ്പൂർവ്വം ഒഴിവാക്കിയിരുന്നു. സംഭവം കഴിഞ്ഞ് കുറച്ച് ദിവസങ്ങൾക്കുശേഷം ഉച്ചമയക്കത്തിലെപ്പോഴോ മാസികയിൽ വന്ന ഫീച്ചർ മകൾ ഉറക്കെ വായിക്കുന്നത് കേട്ടു. അതിശയോക്തി കലർത്തി എഴുതിയ വാക്കുകൾ: ചുമരിൽ രക്തം ചിതറിത്തെറിച്ചുവെന്നോ മറ്റോ ആയിരുന്നു. അങ്ങനെ നിഴൽക്കൂത്ത് സംഭവിക്കാതെ പറ്റില്ലെന്നായി."

'സമം വിപരീതം എന്നീ സമസ്യകൾ', 'സൂര്യനും മഴയും' എന്നീ കഥകളുടെ ആശയങ്ങൾ ഒന്നാണെങ്കിലും വ്യത്യസ്തമായാണ് എഴുതാൻ ശ്രമിച്ചത്. കൺമുന്നിൽ കാണേണ്ടിവന്ന ഒരു സംഭവമാണ് 'ചിറകുകൾ' എന്ന കഥയ്ക്ക് ആസ്പദം.

മുമ്പെപ്പോഴോ കേട്ട് മറക്കാതെ മനസ്സിലെവിടെയോ കിടന്നിരുന്ന കൃഷ്ണപ്രിയ കൊലക്കേസ് വവ്വാലുകളായി തലതിരിഞ്ഞ് തൂങ്ങിയാടിയത്.

62-ാമത്തെ വയസ്സിൽ ടെസ്റ്റ്യൂബ് ശിശുവിന്റെ അമ്മയായ ഭവാനി ടീച്ചറും ഒന്നരവയസ്സിൽ വെള്ളത്തിൽ വീണ് മരിച്ച അവരുടെ മകൻ കണ്ണനും മത്സ്യകന്യകയിൽ കഥാപാത്രങ്ങളായി. ഉള്ളിലെവിടെയോ കവിതയുടെ തിരയിളക്കങ്ങൾ ഞാനനുഭവിക്കുന്നുണ്ടെങ്കിലും അത്ര പരിചയമില്ലാത്തതുകൊണ്ടോ എന്തോ കവിതയായി ഒഴുകി വന്ന പ്രണയത്തിരയെ ഞാൻ കഥയാക്കി മാറ്റുകയായിരുന്നു.

അന്ധവിശ്വാസമെന്ന അന്ധകാരം മനസ്സിൽ കട്ടപിടിച്ചു കിടക്കുന്ന മായയുടെ മനസ്സിൽ വെളിച്ചം അപ്രാപ്യമാണെന്നിരിക്കെ ഊർമ്മിള കുഴിയുടെ വക്കത്തുനിന്നും കഷ്ടിച്ച് രക്ഷപ്പെട്ട് പറക്കാനുള്ള ശ്രമത്തിനിടയിലാണ് മൂടൽമഞ്ഞ് പിറന്നത്.

ലാളിത്യം മുഖമുദ്രയാക്കി മറ്റുള്ളവരുടെ മനസ്സിൽ കയറിപ്പറ്റുന്ന കഥാപാത്രങ്ങളായി മിസ്റ്റർ മേനോനും മിസിസ് മേനോനും ചുറ്റിലും കിട്ടുന്ന സ്നേഹവും പരിഗണനയും തികയാതെ വളർത്തുമൃഗങ്ങളേയുംകൊണ്ട് ഈ ബുക്കിൽ കയറിപ്പറ്റിയിട്ടുണ്ട്.

വള്ളത്തോൾ നഗർ സ്റ്റേഷനിൽ ബലാത്സംഗത്തിനിരയായ സൗമ്യയും മറ്റനേകം പേരും കഥാന്ത്യത്തിൽ ഒരൊറ്റ

മാംസപിണ്ഡമായി മാറിയിരിക്കുന്നു. ഗംഗ, ഓന്ത്, ശംഖുപുഷ്പങ്ങൾ എന്നീ കഥകളിലൂടെ പുരുഷന്റെ മനസ്സിനെയും കുറച്ചെങ്കിലും മനസ്സിലാക്കാൻ ശ്രമിച്ചുവെന്ന് കരുതട്ടെ.

മിക്കവാറും കഥാപാത്രങ്ങളുടെ ഹൃദയത്തിലേക്ക് കാതോർത്ത് ആ സ്പന്ദനങ്ങൾ വാക്കുകളായി ചോർന്നുപോവാതെതന്നെ കടലാസിലേക്ക് പകർത്തിയിട്ടുണ്ട്. കണ്ണടച്ചാൽ ഇപ്പോഴും എനിക്ക് കേൾക്കാം അടക്കിപ്പിടിച്ച തേങ്ങലുകൾ, നിലവിളികൾ, വെള്ളത്തിനടിയിലെ അവസാന ശ്വാസശബ്ദം: "അമ്മേ..."

നിലവിളി ഞാൻ വ്യക്തമായി കേട്ടു. അവസാനമായി നീട്ടിയ കൈകളിൽ ഞാൻ എത്തിപ്പിടിക്കാൻ ശ്രമിച്ചു. മരണം ഒരു നീരാളിയായി അവരെ വലിച്ചിഴച്ചുകൊണ്ടുപോയി.

എന്റെ പ്രിയപ്പെട്ട വായനക്കാരേ, മരണം ഒരു ആഘോഷമാക്കി മാറ്റിയെന്ന് നിങ്ങൾക്ക് തോന്നുന്നുവെങ്കിൽ ഞാനിതാ നിങ്ങൾക്കു മുമ്പിൽ കുമ്പസരിക്കുന്നു:

സുമയോ കൃഷ്ണനോ കണ്ണനോ ചിന്നുവോ ഉണ്ണിയോ നിഴൽക്കുത്തിലെ കുട്ടിയോ കഥാപാത്രങ്ങളായി കിട്ടിയില്ലെങ്കിൽ എനിക്ക് ആശയദാരിദ്ര്യം വരുമെങ്കിൽ, ആശയദാരിദ്ര്യം വന്ന മുരടിച്ച എഴുത്തുകാരിയായി മാറട്ടെയെന്ന് പ്രാർത്ഥിക്കുകയും ഈ കഥകൾ വായനക്കാരുടെ കൈകളിലേക്ക് സമർപ്പിക്കുകയും ചെയ്യുന്നു.

എനിക്ക് എല്ലാ പ്രോത്സാഹനവും തന്ന അച്ഛൻ, അമ്മ, സഹോദരങ്ങൾ, സുഹൃത്തുക്കളായ റൂബി ഹംസ, സ്മിത, ജ്യോതി, പ്രിയ, അച്ഛന്റെ അതേ സ്ഥാനം കൊടുത്ത് ഞാൻ സ്നേഹിക്കുന്ന മുകുന്ദേട്ടൻ, കണ്ണികൾ കൊരുത്തിട്ടാൽ നീണ്ടുപോകുമോ എന്നു പേടിയുള്ളതുകൊണ്ട് ഒരു കണ്ണിപോലുമില്ലാതെ ഹൃദയത്തോട് ചേർത്തു വച്ച എന്റെ ബിന്ദുച്ചേച്ചി, എന്നിലെ വി'ഭ്രാന്തി'യെ സഹിച്ച എന്റെ മക്കൾ, ഭർത്താവ്, എനിക്കു എല്ലാവിധ സഹായവും ചെയ്തവർ, എല്ലാവരോടും ഞാനെന്റെ നന്ദി അറിയിക്കുന്നു.

**സ്മിത ദാസ്**

# പുതിയ കാലവും പുതുയാഥാർത്ഥ്യവും വരയ്ക്കുന്ന കഥകൾ

ആലങ്കോട് ലീലാകൃഷ്ണൻ

**ഒ**റ്റയിരിപ്പിൽ വായിച്ചുപോകാവുന്ന ഇരുപതു കഥകളുടെ സമാഹാരമാണ് സ്മിത ദാസിന്റെ 'ശംഖുപുഷ്പങ്ങൾ'. അങ്ങേയറ്റം പാരായണക്ഷമമായ കഥകൾ. ഈ കഥകളിൽ ജീവിതമുണ്ട്. സ്മിതദാസിന് കഥ പറയാനറിയാം. നല്ല ഭാഷ. നവീനമായ ആഖ്യാനശൈലി.

ജീവിതത്തിന്റെ ചെറിയൊരു ലോകചിത്രമാണ് കഥ. ഓരോ കാലവും അതിന്റെ നവീനവും പൂർവ്വകാലത്തുനിന്ന് തീർത്തും വ്യത്യസ്തവുമായ അനുഭവങ്ങൾ ആദ്യമായി രൂപപ്പെടുത്തുന്നത് കഥയിലാണ്.

'ശംഖുപുഷ്പങ്ങൾ' എന്ന കഥയിലെ ബാലൻമാഷ് വളരെ ചെറുപ്പത്തിൽ ഭാര്യ മരിച്ചുപോയിട്ടും, അമ്മ പുനർവിവാഹത്തിന് നിർബന്ധിച്ചിട്ടും വിഭാര്യനായിത്തന്നെ കഴിയുന്നത് തന്റെ മകൾ അമ്മുക്കുട്ടിക്കു വേണ്ടിയാണ്. വീണ്ടും വിവാഹം ചെയ്താൽ രണ്ടാനമ്മ തന്റെ മകളെ ഉപദ്രവിച്ചാലോ എന്ന ഭയം അയാൾക്കുണ്ടായിരുന്നു. "അവളെ കുളിപ്പിക്കുന്നതും ഒരുക്കുന്നതും ഉറക്കുന്നതും എല്ലാം അയാളാണ്. രാത്രിയിൽ അയാളുടെ മടിയിൽ കിടത്തിയാണ് ഉറക്കുക." (കഥയിൽ നിന്ന്)

പതിന്നാലാമത്തെ വയസ്സിൽ മകൾ ഋതുമതിയാവുന്നതോടു കൂടി ബാലൻമാഷിലെ പിതാവും പുരുഷനും തമ്മിൽ നടക്കുന്ന ഒരാന്തരസംഘർഷത്തിന്റെ സമാനതകളില്ലാത്ത ഒരാഖ്യാനമാണ് 'ശംഖുപുഷ്പങ്ങൾ'. ഈ കാലഘട്ടത്തിലെ ഒരു ജീവിതാവസ്ഥയ്ക്കുനേരെ അങ്ങേയറ്റം കയ്യടക്കത്തോടെ, പുതിയ കഥയ്ക്കുമാത്രം സാദ്ധ്യമാവുന്ന കൃത്യതയോടെ ആവിഷ്കരിക്കപ്പെട്ട ചില

അനുഭവനിമിഷങ്ങൾ ഈ കഥ അടയാളപ്പെടുത്തുന്നുണ്ട്. യാഥാർത്ഥ്യം എന്ന ഒരു സാദ്ധ്യത ഇവിടെ സങ്കീർണ്ണ സമസ്യയായി ത്തീരുന്നു.

'സ്ത്രീയായിരിക്കുക' എന്ന അവസ്ഥ ഇന്നു നേരിടുന്ന സങ്കീർണ്ണവും തീർത്തും നവീനവുമായ അനേകം അനുഭവചിത്രങ്ങൾ കഥാസാഹിത്യത്തിലെ പുതിയ ആവിർഭാവങ്ങൾ എന്ന നിലയിൽ സ്മിത ദാസിന്റെ ഈ സമാഹാരത്തിലുണ്ട്. വലിയ വില കൊടുത്തു ഭർത്താവു വാങ്ങിയ കൂട്ടിൽനിന്ന് വിലയില്ലാത്ത തത്തയെ അവൾ തുറന്നുവിടുന്നത് സ്വാതന്ത്ര്യത്തിന്റെ ആ പുതിയ നാനാർത്ഥസൃഷ്ടിയിലാണ്. (കഥ: അടഞ്ഞ കണ്ണിലെ വർണ്ണങ്ങൾ).

'സമം വിപരീതം എന്നീ സമസ്യകൾ' എന്ന കഥയിലെ മഞ്ജു പറയുന്നതു കേൾക്കുക:

"ഇതൊക്കെ ഒരഭിനയമല്ലേ ചേച്ചീ? ഭർതൃഭക്തിയും പാതിവ്രത്യവും മറ്റുള്ളവരെ ബോദ്ധ്യപ്പെടുത്താൻ, പിന്നെ കുറ്റബോധം തീണ്ടാതെ സ്വയം ബോദ്ധ്യപ്പെടാൻ."

'ഗംഗ' എന്ന കഥയിൽ ഭാര്യയ്ക്കും കാമുകിക്കുമിടയിൽ കഥാ നായകൻ അനുഭവിക്കുന്ന പ്രശ്നങ്ങളും ഏറ്റവും പുതിയ കാലത്തിന്റേതാണ്. സ്നേഹത്തിന്റെ തണുപ്പും നറുനിലാവും, വളർത്തുമൃഗങ്ങൾ, സൂര്യനും മഴയും, മത്സ്യകന്യക, ഓന്ത്, മാംസം, യന്ത്രം, അസ്മയം, ചിറകുകൾ, ചുവന്ന തിര, മൂടൽമഞ്ഞ്, നഷ്ടപ്പെട്ട സ്നേഹത്തിന്റെ പര്യായം തുടങ്ങി മൗലികവ്യത്യസ്തങ്ങളായ ഇരുപതു കഥകളാണ് ഈ സമാഹാരത്തിലുള്ളത്.

സ്മിത ദാസിന്റെ കഥകളിൽ പുതിയ കാലവും പുതിയ ജീവിതവും പുതിയ പ്രശ്നങ്ങളുമുണ്ട്. ഇതുവരെ കേൾക്കാത്ത സ്ത്രീയുടെ അപൂർവ്വവ്യത്യസ്തമായ സ്വരമുണ്ട്. നാട്ടുകഥപറച്ചിലിന്റെ സ്വാഭാവികതയുണ്ട്. ഏറ്റവും നവീനമായ കഥാഖ്യാനത്തിന്റെ ശിൽപതന്ത്രവുമുണ്ട്.

എല്ലാ അർത്ഥത്തിലും മൗലികതയും വ്യത്യസ്തതയുമുള്ള കഥകളുടെ സമാഹാരമാണ് 'ശംഖുപുഷ്പങ്ങൾ'.

■

# ശംഖുപുഷ്പങ്ങൾ

# ശംഖുപുഷ്പങ്ങൾ

ഒരു സഞ്ചിയിൽ തൈലവും കുഴമ്പും മുറുക്കാനും. മറ്റേ സഞ്ചിയിൽ പലഹാരവും പുത്തൻ വസ്ത്രങ്ങളും കൺമഷിയും ചാന്തും മുല്ലപ്പൂവും പഴങ്ങളും. രണ്ട് സഞ്ചിയും ഒരു കൈയിൽ പിടിച്ച്, മറുകൈകൊണ്ട് മുണ്ടിന്റെ കോന്തല പൊക്കിപ്പിടിച്ച്, വരികയാണ് അദ്ദേഹം. ഗൗരവം തോന്നിപ്പിക്കുന്ന കണ്ണടയും കട്ടിമീശയുമുള്ളയാളാണ് നാട്ടുകാരുടെ പ്രിയപ്പെട്ട ബാലൻമാഷ്; പക്ഷേ വിഭാര്യനാണ്.

അതിസുന്ദരിയായിരുന്നു മാഷ്ടെ ഭാര്യ ശ്രീദേവി. മൂന്നു വർഷം മാത്രമേ അവർ ഒന്നിച്ചു ജീവിക്കാനായുള്ളൂ. പ്രസവത്തിൽ അമിത രക്തസ്രാവം മൂലമാണ് അവർ മരിച്ചു. തന്റെ സൗന്ദര്യം മുഴുവൻ മകൾക്ക് നൽകിയാണ് അവർ പോയത്.

രണ്ടാമതൊരു കല്യാണം കഴിക്കാൻ മാഷ്ടെ അമ്മ കുറേ നിർബന്ധിച്ചതാണ്. അയാൾ വഴങ്ങിയില്ല. രണ്ടാനമ്മ തന്റെ മകളെ ഉപദ്രവിച്ചാലോ എന്ന ഭയമാണ് മാഷേ അതിൽനിന്നും പിന്തിരിപ്പിച്ചത്.

അമ്മുക്കുട്ടി - അതായിരുന്നു മോൾടെ പേര്. അച്ഛനും അമ്മയും അവൾക്ക് മാഷായിരുന്നു. അവളെ കുളിപ്പിക്കുന്നതും ഒരുക്കുന്നതും ഭക്ഷണം കൊടുക്കുന്നതും ഉറക്കുന്നതും എല്ലാം മാഷ്തന്നെ. ഉറക്കം പോലും മാഷ്ടെ മടിയിൽ കിടന്നാണ്. ഉറങ്ങിക്കഴിഞ്ഞുവെന്ന് ഉറപ്പ് വരുത്തിയിട്ടേ മാറ്റിക്കിടത്തൂ. അമ്മമ്മ കൊടുത്താൽ അവൾ വയറ് നിറയെ കഴിക്കുകപോലുമില്ല.

അവൾക്ക് പതിന്നാല് വയസ്സായെങ്കിലും ഭക്ഷണം ഇപ്പോഴും അയാൾതന്നെ ഉരുട്ടി വായിൽവെച്ച് കൊടുക്കണം, സ്കൂളിലേക്ക് പോവുമ്പോൾ മുടി പിന്നിയിട്ട് കൊടുക്കണം. ഇറങ്ങുമ്പോൾ തന്നെ കെട്ടിപ്പിടിച്ച് ഉമ്മ തന്നിട്ടേ പോവൂ.

ഒരു ദിവസം സ്കൂളിൽനിന്ന് ഫോൺ വന്നു. "മോൾ ഋതുമതിയായിരിക്കുന്നു."

വലിയ കുട്ടിയായതിനുശേഷമുള്ള നാലാമത്തെ ദിവസമാണ്. അന്ന്. ചില ചടങ്ങൊക്കെയുണ്ട്. അമ്മ തന്ന ലിസ്റ്റിലെ സാധന ങ്ങളാണ് സഞ്ചിയിൽ. വഴിയിൽവെച്ച് രാമനെ കണ്ടു. പശുവിന്റെ കയറിൽ പിടിച്ച് വരികയാണ് രാമൻ.

"അല്ല, ഇദാരാ ബാലൻമാഷോ? ന്ന് സ്കൂളീ പോയില്ലേ?"

"ഇല്ല രാമാ. ഇന്ന് പോയില്ല. വീട്ടില് കുറച്ച് കാര്യങ്ങളുണ്ട്."

"ഞാനിതിനെ ചവിട്ടിക്ക്യാൻ കൊണ്ടോവ്വാ മാഷേ. കഴിഞ്ഞ പ്രാവശ്യം ചെന പിടിച്ചില്ല്യ."

പശുവിന്റെ പുറത്ത് കറുത്ത ഈച്ച വന്നിരിക്കുന്നുണ്ടായിരുന്നു. പശു വാലുകൊണ്ടും തലകൊണ്ടും അവയെ കഴിയുന്നത്ര ആട്ടി യകറ്റാൻ ശ്രമിച്ചുകൊണ്ടിരുന്നു. പക്ഷേ, ഈച്ച വാലും തലയും എത്താത്ത ഭാഗത്ത് ഇരുപ്പുറപ്പിച്ചു.

"ന്നാ ശരി രാമാ.. മഴത്തുള്ളിക്കിണ്ണണ്ണ്ട്. വേഗം വീടെത്തട്ടെ." മാഷ് കുട നിവർത്തി. രാമൻ ചിരിച്ചുകൊണ്ട് തലയാട്ടി. പശുവി നെയും വലിച്ച് മുന്നോട്ട് നടന്നു.

മാഷ് വീട്ടിൽ ചെന്നുകയറുമ്പോൾ ഉമ്മറത്ത് ആരുമുണ്ടായിരു ന്നില്ല.

"അമ്മൂ..." അയാൾ അകത്തേക്ക് നീട്ടിവിളിച്ചു.

"ആഹാ, പ്രായം തെകഞ്ഞ കുട്ടീ ന്യാ വിളിക്ക്യാ. അവളെ ഞാൻ കുളിമുറീല് ഇരുത്തീണ്ട്. കൊഴമ്പ് കൊണ്ടന്നോ?" അമ്മ പുറത്തേക്ക് വന്ന് ചോദിച്ചു.

"ഉവ്വ്." അയാൾ കുഴമ്പിന്റെ കുപ്പി അമ്മയ്ക്ക് കൊടുത്തു. അവർ അതുകൊണ്ട് അകത്തേക്ക് പോയി.

മാഷ് സിഗററ്റ് കൊളുത്തി ഉമ്മറത്ത് ചാരുകസേരയിലിരുന്നു. ചെറിയ ചാറ്റൽമഴ ഓടിന്റെ ചാലിൽക്കൂടി ഓരോ തുള്ളിയായി വീണ് മണ്ണിൽ ദ്വാരമുണ്ടാക്കി വെള്ളം അതിലേക്കിറങ്ങി.

"അച്ഛാ..." അകത്തുനിന്ന് അമ്മുക്കുട്ടി വിളിക്കുന്നു. അമ്മ അവളെ കുളിപ്പിച്ച് ഒരുക്കീട്ടുണ്ടാവും. അയാൾ സിഗററ്റ് മുറ്റത്തേക്ക് വലി ച്ചെറിഞ്ഞ് അകത്തേക്ക് നടന്നു. അകത്തെ മുറിയിൽ അമ്മുക്കുട്ടി നിൽക്കുന്നുണ്ടായിരുന്നു.

ചുവന്ന ബ്ലൗസും കാൽമുട്ടിനു താഴെനിൽക്കുന്ന ഒറ്റമുണ്ടും ഉടുത്ത് അമ്മു. ഇടതൂർന്ന ചുരുണ്ട മുടി നിതംബംവരെ കിടക്കുന്നു. നെറ്റിയിൽ ചുവന്ന വട്ടപ്പൊട്ട്. ബ്ലൗസിനുള്ളിൽ നിറഞ്ഞുതുളുമ്പുന്ന യൗവ്വനം. പൊക്കിളിനു താഴെ ലാസ്യഭാവത്തോടെ ഓഡ്യാണം. കണങ്കാലിൽ സ്വർണ്ണക്കൊലുസ്. ശരിക്കും ശ്രീദേവിയെപ്പോലെ!

“എന്താ അച്ഛാ ഇങ്ങനെ നോക്കണത്?” അവൾ ഓടിവന്ന് അയാളെ കെട്ടിപ്പിടിച്ചു. അവളുടെ മാറിടം അയാളുടെ നെഞ്ചില മർന്നു. അയാൾക്ക് എന്തോ വല്ലായ്ക തോന്നി. അവൾ എന്നും തന്നെ കെട്ടിപ്പിടിക്കാറുള്ളതാണ്. ഇന്ന് തനിക്കെന്തുപറ്റി? മാഷ് പൊടുന്നനെ ഞെട്ടി.

“എന്താ അച്ഛാ ന്നെ കെട്ടിപ്പിടിക്കാത്തേ?” മോൾ ചിണുങ്ങി. മാഷ്ക്ക് തൊണ്ട വരളുന്നതുപോലെ തോന്നി.

“ഏയ്... ഒന്നൂല്ല്യ.” മാഷ്ടെ ശബ്ദം ഇടറുകയോ വിറയ്ക്കുകയോ ചെയ്തു. അൽപ്പം ഭയവും.

മാഷ് അവളുടെ അരയിലൂടെ കയ്യിട്ട് തന്നിലേക്ക് ചേർത്തു. അവളുടെ കഴുത്തിൽ വിയർപ്പ് പൊടിഞ്ഞുനിൽക്കുന്നത് മാഷ് അൽപ്പം വെമ്പലോടെ കണ്ടു.

“ഞാൻ സുന്ദരിയല്ലേ അച്ഛാ?” മോൾ ചോദിച്ചു.

“ഉം. അതെ. അമ്മയേക്കാൾ. മോള് അച്ചമ്മേടെ അടുത്തേക്ക് ചെല്ല്.” അത് പറഞ്ഞ് മാഷ് പൂമുഖത്തെ ചാരുകസേരയിൽ വന്നി രുന്നു.

മണ്ണിലെ കുഴി നിറഞ്ഞുകവിഞ്ഞ് പുറത്തേക്കൊഴുകാൻ തുടങ്ങി യിരുന്നു. മുറ്റത്ത് ഒരു പിടക്കോഴിക്ക് പിന്നാലെ പൂവൻകോഴി ഓടി വന്ന് പിടക്കോഴിയുടെ പുറത്ത് കയറി തലയിൽ കൊത്തി നിന്നു. മാഷ്ടെ മൂക്കിൽ വിയർപ്പ് പൊടിഞ്ഞു.അപ്പോഴും മാഷ്ടെ വിറയൽ മാറിയിരുന്നില്ല.

മുറ്റത്ത് മൂവാണ്ടൻമാവിന് മുകളിലേക്ക് ആശ്രയത്തിനെന്നോണം പടർന്നു നിന്നിരുന്ന ശംഖുപുഷ്പച്ചെടിയും അപ്പോഴാണയാൾ കണ്ടത്. അതിൽ നിറയെ വെളുത്ത പൂക്കൾ. എന്നും വന്നിരിക്കാ റുള്ള ഉമ്മറത്ത് ആദ്യമായാണ് അത് കാണുന്നത്. വീണ്ടും വല്ലായ്ക തോന്നി. കൈ പൊള്ളിയപ്പോൾ അയാൾ സിഗററ്റ് മുറ്റത്തേ ക്കെറിഞ്ഞു.

“കാക്ക സംഭോഗം ചെയ്യണത് കാണില്ല്യാത്രെ.” അകത്തുനിന്ന് അമ്മയുടെ ശബ്ദം.

“സംഭോഗം ന്ന് വെച്ചാ എന്താ?” മകൾ ചോദിക്കുന്നു.

പാവം കുട്ടി! അയാൾ ചിന്തിച്ചു.

അന്നുരാത്രി അയാൾ ഒരു സ്വപ്നം കണ്ടു. ചുവന്ന പൊട്ടും ചുവന്ന ബ്ലൗസും വെള്ള മുണ്ടും ധരിച്ച് തന്റെ ശ്രീദേവി തന്നെ ദയനീയമായി നോക്കുന്നു. “നമ്മുടെ മകൾ... നമ്മുടെ മകൾ” എന്ന് പുലമ്പുന്നു. കാണെക്കാണെ വെള്ളമുണ്ട് രക്തം പടർന്ന് ചുവപ്പു

നിറമായി. താൻ കൈനീട്ടി അവളെ തൊടാൻ ശ്രമിക്കുന്നതിനു മുമ്പേ അവൾ അമ്മുവായി മാറി. അവൾ തന്റെ നേർക്ക് രൂക്ഷമായി നോക്കുന്നു. മുണ്ടിൽ നിന്ന് രക്തം ഇറ്റിറ്റായി വീണുകൊണ്ടിരുന്നു. ഓടിന്റെ ചാലിൽകൂടിയും രക്തം ഒഴുകി മുറ്റത്തേക്ക് വീണുകൊണ്ടിരുന്നു. മുറ്റം നിറയെ ചുവന്ന ശംഖുപുഷ്പങ്ങൾ.

അയാൾ ഞെട്ടിയുണർന്നു. എഴുന്നേറ്റിരുന്ന് ഒരു സിഗററ്റിന് തീ കൊളുത്തി. ആഞ്ഞാഞ്ഞ് വലിച്ചു തീർത്തു. അവശേഷിച്ച കുറ്റി നിലത്തിട്ട് കാലിന്റെ മടമ്പുകൊണ്ട് ഞെരിച്ചു.

മുറിയുടെ വാതിൽ തുറന്ന് പുറത്തേക്കിറങ്ങി. ഇടനാഴിയിലൂടെ മകളുടെ മുറി ലക്ഷ്യമാക്കി നടന്നു. ശബ്ദമുണ്ടാക്കാതെ മുറിയുടെ വാതിൽ തുറന്നു. അവൾ നല്ല ഉറക്കത്തിലാണ്. വസ്ത്രം അലക്ഷ്യമായി നീങ്ങി കണങ്കാലുകൾ പുറത്ത് കാണുന്നുണ്ടായിരുന്നു. മുഖത്തേക്ക് വീണുകിടക്കുന്ന മുടിയിഴകൾ അവളുടെ ചന്തത്തിന് മാറ്റുകൂട്ടി. തുറന്നുകിടക്കുന്ന ജനലിലൂടെ തണുപ്പ് അരിച്ചുകയറി മുറിയിലാകെ തളംകെട്ടി കിടക്കുന്നുണ്ടായിരുന്നു.

അയാൾ കുറച്ചുനേരം അവളെത്തന്നെ നോക്കിനിന്നു. ശേഷം നീങ്ങിക്കിടക്കുന്ന പുതപ്പെടുത്ത് അവളെ പുതപ്പിച്ചു. മുടിയിഴകൾ മാറ്റി കുനിഞ്ഞ് അവളുടെ നെറ്റിയിൽ ചുംബിച്ചു.

“പാവം തന്റെ മകൾ.” അയാൾ ചിന്തിച്ചു.

മുറിയിലെ തുറന്നുകിടക്കുന്ന ജനലിലൂടെ അയാൾ പുറത്തേക്ക് നോക്കി. അവിടെ മാവിനെ ആലിംഗനം ചെയ്ത് ശംഖുപുഷ്പ ച്ചെടി സുഖമായി ഉറങ്ങുന്നു. നിലാവിൽ പൂക്കൾക്ക് കൂടുതൽ വെളുപ്പുനിറം തോന്നിച്ചു.

■

# അടഞ്ഞ കണ്ണിലെ വർണ്ണങ്ങൾ

"നീയിവിടെ ഒറ്റയ്ക്കല്ലേ, ഞാൻ പോയിക്കഴിഞ്ഞാൽ. അതുവരെ നിനക്കൊരു കൂട്ട്."

അയാൾ അത് അവൾക്കുനേരെ നീട്ടി. അവളുടെ കണ്ണുകൾ വിടർന്നു. കാഞ്ചനക്കൂട്ടിലെ സീത!

മെറൂൺ കുപ്പിവളകളണിഞ്ഞ കൈകൾ നീട്ടി അവൾ അത് വാങ്ങി. മഞ്ഞയും കറുപ്പും പെയിന്റടിച്ച അതിമനോഹരമായ കൂട്. അതിൽ ഊയലാടാൻ ഊഞ്ഞാൽ. ഭക്ഷണം കൊടുക്കാനും വെള്ളം കുടിക്കാനും വെവ്വേറെ പാത്രങ്ങൾ. നടക്കാൻ ഇഷ്ടംപോലെ സ്ഥലം. അവൾ അതിനെ കൗതുകത്തോടെ നോക്കി.

ഇവളെ കണ്ടിട്ടാകുമോ പച്ചയ്ക്ക് ഇണ ചേർന്ന നിറം ചുവപ്പാണെന്ന് എല്ലാവരും പറയുന്നത്.

"മൂവായിരം രൂപയായി കൂടിന്. പക്ഷേ, ഞാൻ അത് കണക്കാക്കിയില്ല. അതിന് ഒരു കുറവും വരരുതെന്ന് എനിക്ക് നിർബന്ധമുണ്ടായിരുന്നു. പക്ഷേ, തത്തയ്ക്ക് വില കൊടുക്കേണ്ടിവന്നില്ല. എന്റെയൊരു കൂട്ടുകാരൻ തന്നതാണ്."

അയാൾ കുളികഴിഞ്ഞ് ഹെന്ന ചെയ്ത് ചെമ്പിച്ച മുടി തോർത്തുന്നതിനിടയിൽ പറഞ്ഞു. അവൾ അയാളുടെ മുഖത്തുനിന്ന് കണ്ണുകൾ പിൻവലിച്ച് കൂട്ടിലേക്ക് നോക്കി. അത് കൂട്ടിലെ സൗകര്യങ്ങളൊന്നും ശ്രദ്ധിക്കാതെ നീലാകാശത്തേക്ക് കണ്ണുംനട്ടിരിക്കുന്നു. അവൾക്ക് ചിരി വന്നു.

"ചായ." അയാൾ ടി.വി. ഓണാക്കുന്നതിനിടയിൽ അവളെ നോക്കാതെ പറഞ്ഞു.

കറുകറുത്ത ചായയിലേക്ക് അയാൾക്ക് പ്രിയപ്പെട്ട നിറമാകുന്നതുവരെ അവൾ പാൽ ഒഴിച്ചു. അതൊരു കപ്പിലേക്ക് പകർന്ന്

അയാൾക്ക് കൊടുത്തു. അയാൾ ടി.വിയിൽ നിന്ന് കണ്ണുകൾ പിൻവലിക്കാതെ ചായ വാങ്ങി. ഇനി രാത്രി കിടക്കാൻ നേരത്തേ അയാൾ അവിടെനിന്ന് എഴുന്നേൽക്കൂ. അതറിയാവുന്നതുകൊണ്ട് അവൾ അവിടെ നിന്ന് പിന്മാറി.

കുറച്ച് പയറും പച്ചമുളകും വെള്ളവും തത്തയ്ക്ക് വെച്ചുകൊടുത്തു. അത് തിന്നുന്നത് കൗതുകത്തോടെ നോക്കിനിന്നു.

രാത്രിയിൽ അവളുടെ തണുത്തുറഞ്ഞ ശരീരം അയാളുടെ ബലിഷ്ഠമായ കരവലയത്തിനുള്ളിൽ ശ്വാസംമുട്ടി കിടക്കുമ്പോൾ അവൾ ചോദിച്ചു:

“നമുക്കൊരു കുഞ്ഞു വേണ്ടേ?” അയാളുടെ കൈയ്യൊന്നയഞ്ഞു. തലയുയർത്തി അവളെ നോക്കി.

“നമുക്കിടയിൽ മറ്റൊരാൾ കടന്നുവരുന്നത് എനിക്കിഷ്ടമല്ല. അല്ലെങ്കിലും നിനക്കെന്താണിവിടെ ഒരു കുറവ്. തയ്ക്കാനും ചിത്രത്തുന്നലുകൾ ചെയ്യാനും താൽപര്യമുണ്ടെന്ന് മനസ്സിലാക്കിയല്ലേ ഞാനതിനുള്ള സൗകര്യം ചെയ്തുതന്നത്. നിനക്ക് ഇഷ്ടപ്പെട്ട വസ്ത്രങ്ങളും ചായക്കൂട്ടുകളും മാത്രമല്ല, നീ ആവശ്യപ്പെടുന്നതെല്ലാം വാങ്ങിത്തരുന്നില്ലേ? അയൽവീടുകളിൽ പോയിരുന്ന് പരദൂഷണം പറഞ്ഞിരിക്കുന്നതിനോട് എനിക്ക് യോജിപ്പില്ല. സത്യം. പിന്നെ ബന്ധുക്കളോടുള്ള അടുപ്പത്തിനൊക്കെ ഒരു പരിധി വയ്ക്കുന്നത് എപ്പഴും നല്ലതാ. നീ അവരോടൊക്കെ അടുത്തിടപഴകുമ്പോൾ എന്തോ ഒരു അസ്വസ്ഥത... ഒന്നൂല്ലെടോ.... ഒക്കെ തന്നോടുള്ള സ്നേഹക്കൂടുതൽ കൊണ്ടാ. മറ്റുള്ളവർ തന്റെ സൗന്ദര്യം ആസ്വദിക്കുന്നതുപോലും എനിക്ക് സഹിക്കുന്നില്ല. എന്റെയൊരു സ്വാർത്ഥത. അത്രതന്നെ.”

ചുരുണ്ട രോമങ്ങൾ തിങ്ങിനിൽക്കുന്ന ബലിഷ്ഠമായ കരങ്ങളാൽ അയാൾ ഒന്നുകൂടി വരിഞ്ഞുമുറുക്കി. അവൾ ആയാസപ്പെട്ട് ശ്വാസം വലിച്ചു. പുറത്ത് കൂട്ടിൽ നിർത്താത്ത ചിറകടിയൊച്ച കേട്ട് അവൾ കണ്ണുകൾ ഇറുക്കിയടച്ചു.

കുറച്ചു ദിവസങ്ങൾക്കുള്ളിൽ തത്ത ചെറുതായി അവളോട് ഇണങ്ങാൻ തുടങ്ങി. ഭക്ഷണം വച്ചുകൊടുക്കുമ്പോൾ പേടിച്ച് കൂടിന്റെ അരികിൽ ഇരുന്നിരുന്ന തത്ത കുറേശ്ശെ അവൾ വച്ചുകൊടുക്കുന്ന ഭക്ഷണം അടുത്തുവന്ന് കൊത്താൻ തുടങ്ങി. എങ്കിലും തൊടാൻ സമ്മതിച്ചില്ല. തൊടാൻ തുടങ്ങുമ്പോഴൊക്കെ കൊത്താൻ ശ്രമിക്കും.

ഒരുദിവസം ഉച്ചമയക്കത്തിനിടെ ചിറകടിയൊച്ചയും കരച്ചിലും കേട്ട് അവൾ വാതിൽ തുറന്ന് പുറത്തേക്ക് വന്നു. കൂടിന് പുറത്ത്

മറ്റൊരു തത്ത. അവൻ കൂടിനു ചുറ്റും പരതുന്നു, അവളുടെ അടുത്തേക്കെത്താൻ.

കുറേനേരം ഒച്ചവെച്ച്, അവൻ പറന്നുപോയി. എന്നിട്ടും അവൾ കൂർത്ത കൊക്കുകൾകൊണ്ട് അഴികളിൽ കൊത്തുകയും വെപ്രാളത്തോടെ കൂടിനു ചുറ്റും നടക്കുകയും ചെയ്തു. അതിന്റെ കൂർത്ത ശബ്ദം ചെവി തുളച്ചു കയറിയപ്പോൾ അവൾ രണ്ട് കൈ കൊണ്ടും ചെവി പൊത്തി. പിറ്റേന്നും അതേ നേരത്ത് അവനെത്തി പതിവ് ആവർത്തിച്ച് തിരിച്ചുപോയി.

അവൾ കൂർത്ത നഖങ്ങൾകൊണ്ട് കൂട് മാന്തിപ്പൊളിക്കാൻ ശ്രമം നടത്തി. അഴികൾക്കിടയിലൂടെ ശരീരം ഞെരുക്കി പുറത്തു കടക്കാനും കൊക്കുകൾകൊണ്ട് കൂട് പൊളിക്കാനും അശ്രാന്ത പരിശ്രമം നടത്തി. അത് ശ്രമം വിഫലമായതോടെ കൂട്ടിനുള്ളിൽ തളർന്നു കിടന്നു.

ഹൃദയഭേദകമായ ആ കാഴ്ച കണ്ട് അവൾ കൂടിനടുത്തേക്ക് വന്നു. പതുക്കെ കൂടിന്റെ അഴികൾക്കുള്ളിലൂടെ കയ്യിട്ട് തത്തയെ തൊടാൻ ശ്രമിച്ചു. അത് പേടിച്ച് അവളുടെ വിരലിൽ കൊത്തിയ ശേഷം കൂടിന്റെ ഒരു മൂലയിൽ ചുരുണ്ടുകൂടി. വിരലിന്റെ അറ്റത്തു നിന്ന് ചുവപ്പുനിറം ഒഴുകി താഴെ വെളുത്ത ടൈലിൽ തുള്ളിയിട്ടു.

കൂടിന്റെ വാതിൽ തുറന്നു വച്ച് അവൾ അതിനടുത്തുനിന്ന് മാറി നിന്നു. ഒന്നു സംശയിച്ചശേഷം തത്ത കൂടിന്റെ വാതിലിൽ വന്നിരുന്നു. പിന്നെ അത് താഴേക്ക് ചാടി വീണ്ടും ചാടിച്ചാടി മുറ്റത്തെത്തി. പിന്നെ വീടിനോടു ചേർന്നുള്ള അരമതിലിൽ ചിറകു വിരിച്ച് പറക്കാൻ നടത്തിയ ശ്രമം പരാജയപ്പെട്ടെങ്കിലും വീണ്ടും ശ്രമിച്ച് ജയിച്ചു. അത് അരമതിലിൽ കയറിയിരുന്ന് ചിറകു വിരിച്ചു. പിന്നെ തൊട്ടടുത്തുള്ള മരക്കൊമ്പിലേക്ക് പറന്നിരുന്ന് ചിലയ്ക്കാൻ തുടങ്ങി.

ദൂരെ മരക്കൊമ്പിലിരുന്ന മറ്റൊരു തത്ത ചിലച്ചുകൊണ്ട് പറന്നു വന്ന് അതിന്റെ കൂടെ മരക്കൊമ്പിലിരുന്നു. പിന്നീട് രണ്ടുപേരും നീലാകാശത്തേക്ക് ചിറകു വിരിച്ചു. ഭേദിക്കപ്പെട്ട ഹൃദയം കൂടിച്ചേരുന്നത് അവളറിഞ്ഞു. പതിവുപോലെ ഓഫീസിൽനിന്ന് വന്ന അയാൾ ഒഴിഞ്ഞ കൂട് കണ്ട് ആശ്ചര്യപ്പെട്ടു:

“തത്തയെവിടെ?!” അവൾ മറുപടി പറയാതെ തലതാഴ്ത്തി നിന്നു.

“ചോദിച്ചത് കേട്ടില്ലേ? തത്തയെവിടേന്ന്?” അയാൾ ഒച്ചയെടുത്തു.

“നിങ്ങൾ പണം കൊടുത്ത് വാങ്ങിയ കൂട്ടിൽ അവൾ ഒട്ടും

സന്തോഷവതിയായിരുന്നില്ല. അതുകൊണ്ട് ഞാനവളെ സ്വതന്ത്ര യാക്കി."

അയാളുടെ കറുത്ത ബലിഷ്ഠമായ കൈകൾ അവളുടെ വെളുത്തു ചുവന്ന കവിളിൽ ആഞ്ഞുപതിച്ചു. അവൾ കണ്ണുകൾ ഇറുക്കിയടച്ചു.

നീലപരവതാനിയിലേക്ക് പച്ചച്ചിറകുകൾ വിരിയുന്നത് അടഞ്ഞ കണ്ണുകളിൽ അവൾ കണ്ടു. അവളുടെ ഇളംറോസ് ചുണ്ടുകൾ വിടർന്നു. അതിനിടയിലൂടെ ചന്ദനനിറമുള്ള മുല്ലമൊട്ടുകൾ വിരിഞ്ഞു.

■

# സ്നേഹത്തിന്റെ തണുപ്പും നറുനിലാവും

**ക**ണ്ണുകൾ പ്രയാസപ്പെട്ട് തുറക്കാൻ കുട്ടി ശ്രമിച്ചു. തുറന്ന് അടയുന്നതിനിടയിൽ കണ്ടു ഒരു ചുവന്നപൊട്ട്!

ഹാവൂ!! അമ്മ അടുത്തുണ്ട്. തന്നെത്തന്നെ നോക്കി ഇരിക്കുകയാണ്. കുട്ടി വരണ്ട ചുണ്ടുകൾ നീട്ടി ചിരിക്കാൻ ശ്രമിച്ചു.

“വെള്ളം വേണോ മോളേ?” അമ്മ ചോദിച്ചു.

“മ്ശ്.” കുട്ടി ചുണ്ടനക്കി.

“അമ്മ ന്റടുത്തുന്ന് പോണ്ടാട്ടോ.” കുട്ടി പറഞ്ഞു.

“ഇല്ല്യ. പോവില്ല്യ. ന്റെ കുട്ടി ഉറങ്ങിക്കോളൂ.”

കുട്ടി അമ്മയുടെ കൈ കിടക്കയിൽ പരതി. ഐസിൽ കൈ വെച്ചതുപോലെ തോന്നിയപ്പോൾ പെട്ടെന്ന് പിൻവലിച്ചു.

“അമ്മേടെ കൈയ്യെന്താ ഇത്ര തണുപ്പ്?”

“ന്റെ കുട്ടീടെ ശരീരം അത്ര ചൂടാ. അതോണ്ട് തോന്നാവും.”

“അത്യോ?”

“ഉം. ഉറങ്ങിക്കോളൂ. ഉറങ്ങിയാലേ പനി മാറൂ.”

അമ്മ തലയിണ മാറ്റി, തന്റെ മടിയിലേക്ക് കുട്ടിയുടെ തല എടുത്തുവച്ചു. കുട്ടിക്ക് അപ്പോഴും തണുപ്പ് തോന്നി. അമ്മ കുട്ടിയുടെ നെറ്റിയിൽ കൈവെച്ചു.

“ന്താ ചൂട്! ന്റെ കൈപൊള്ളുന്നു.” അമ്മ പറഞ്ഞു.

തന്റെ ചൂട് അമ്മയെ പൊള്ളിക്കുന്നു. അമ്മയുടെ തണുപ്പ് തന്നെയും. കുട്ടി ചിന്തിച്ചു.

“പേടിപ്പന്യാ. ശിവാ, അതിന് വല്ല ചരടും ജപിച്ച് കെട്ട്യാലോ?”

കണ്ണ് തുറക്കാൻ പറ്റുന്നില്ല്യ.

കുട്ടി മൂക്ക് വിടർത്തി. തൈലത്തിന്റെയും കുഴമ്പിന്റെയും മണം. മുത്തശ്ശിയാണ്, കൈ തന്റെ നെറ്റിയിൽ വച്ചിട്ടുണ്ട്. പക്ഷേ അശ്ശേഷം തണുപ്പില്ല.

“അമ്മയൊന്ന് മിണ്ടാതിരിക്യോ? അമ്മേടെ കാലല്ലാദ് ഡോക്ടർടെ മരുന്ന് കഴിക്കിണ്ടല്ലോ. ഭേദായില്ല്യാച്ചാ നാളെ അഡ്മിറ്റാക്കാം.”

അച്ഛൻ മുത്തശ്ശിയോട് ദേഷ്യപ്പെടുകയാണ്. കുട്ടി ചെവിയോർത്തു. മുത്തശ്ശീടെ ശബ്ദം കേൾക്കാനില്ല. വീണ്ടും നിശ്ശബ്ദത. മുത്തശ്ശി പോയോ?

കുട്ടി മൂക്ക് വിടർത്തി. നല്ല ചന്ദനത്തിരിയുടെ മണം. പാതി മുറിച്ച നാളികേരത്തിൽ കത്തുന്ന അരിക്കിഴിയുടെ ഗന്ധം. പാതി കത്തിത്തീർന്ന ചന്ദനത്തിരിയെ വെണ്ണീർ അടർന്ന് താഴെ കണ്ണടച്ച് കിടക്കുന്ന അമ്മയുടെ നെറ്റിയിലേക്ക് വീണു.

“അയ്യോ! അമ്മേ!!” കുട്ടി കൈകൊണ്ട് വെണ്ണീർ തട്ടിമാറ്റി.

തണുപ്പ്!! കൊടുംതണുപ്പ്!!!

കുട്ടി കൈ പിന്നാക്കം വലിച്ചു. കൈകളിൽ നനവ്! കുട്ടി കണ്ണുകൾ ആയാസപ്പെടാതെ തുറന്നു. അമ്മ തന്റെ മുഖത്തേക്കുതന്നെ നോക്കിയിരുന്നു. കരയുന്നുണ്ട്. കണ്ണീർ·തന്റെ മുഖത്തേക്ക് ഇറ്റുവീഴുന്നുണ്ട്.

“എന്തിനാ അമ്മ കരയണത്? അമ്മേടെ നെറ്റീല് പൊള്ളേ്യാ?”

“ഏയ്. അമ്മ കരഞ്ഞില്ല. പനി മാറിയല്ലോ? ന്റെ കുട്ടി നന്നായി വിയർത്തു.” അമ്മ പുതപ്പ് പതുക്കെ മാറ്റി. കുട്ടി വരണ്ട ചുണ്ടുകൾ നാവ് നീട്ടി നനച്ചു.

“വെള്ളം.” കുട്ടി പറഞ്ഞു.

അമ്മ സ്പൂണിൽ വെള്ളമെടുത്ത് വായിലൊഴിച്ചുകൊടുത്തു.

“ഇപ്പം രാവില്യാണോ? ഉച്ച്യാണോ?” കുട്ടി ചോദിച്ചു.

“ഉച്ച.” അമ്മ പറഞ്ഞു.

കുട്ടി മരയഴിയിട്ട ജനലിലൂടെ പുറത്തേക്ക് നോക്കി. സൂര്യരശ്മികൾ കുട്ടിയുടെ കണ്ണുകൾ പുളിപ്പിച്ചു.

“അമ്മേ, ജനലടയ്ക്കൂ.”

അമ്മ കുനിഞ്ഞ് കുട്ടിയുടെ നെറ്റിയിൽ ചുംബിച്ചു. തലയെടുത്ത് തലയിണയിലേക്ക് തിരിച്ചുവച്ച് എഴുന്നേറ്റു. മരത്തിന്റെ ജനവാതിലുകൾ ചേർത്തടച്ചു. പഴയ വീടായതുകൊണ്ട് മുറിയിലേക്ക് വെളിച്ചം കടക്കാനുള്ള ഏക ആശ്രയം ആ ജനലായിരുന്നു. അതടച്ചപ്പോൾ മുറിയിലാകെ കൂരിരുട്ട് പരന്നു. കുട്ടിക്ക് പേടിയായി.

“അമ്മേ...” അമ്മ വിളി കേട്ടില്ല.

“അമ്മ എവട്യാ?” കുട്ടി ഇരുട്ടിൽ തപ്പി.

തന്നെ പറ്റിക്കാനായി എവിടെയെങ്കിലും മറഞ്ഞിരിക്കുകയാവും. കുട്ടി എഴുന്നേറ്റു. മുറിയിൽനിന്നും നീണ്ട ഇടനാഴിയിലേക്ക് കടന്നു. അവിടെയും ആരുമില്ല! ഇവിടുള്ളോരൊക്കെ എവടെപ്പോയി. കുട്ടിക്ക് വീണ്ടും പേടിയായി. ഉമ്മറത്തേക്കുള്ള വാതിലിന്റെ കനമുള്ള ഓടാമ്പൽ നീക്കി. വാതിൽ ഒരു ഞരക്കത്തോടെ തുറന്നു.

“ആരാ വാതില് തൊറക്കണെത്?” മുത്തശ്ശീടെ ശബ്ദം. കുട്ടി മുറ്റത്തേക്കിറങ്ങി.

“അമ്മേ...” കുട്ടി ഉറക്കെ വിളിച്ചു.

“എന്താ മോളേ? എന്തുപറ്റി? എന്തിനാ ഈ പാതിരാത്രീല് പുറത്തിറങ്ങീത്?” കുട്ടി തിരിഞ്ഞുനോക്കി. അച്ഛനാണ്.

“അച്ഛാ... അമ്മ... അമ്മ?” കുട്ടി ഇരുട്ടിലേക്ക് കൈചൂണ്ടി.

“ശിവാ... കുട്ടിയെ കൊണ്ടോയി അകത്തു കിടത്തൂ. മരിച്ചിട്ട് നാലുസല്ലേ ആയുള്ളൂ. അത് കാണണ്ണ്ടാവും അതിന്റമ്മയെ. ഒരു ചരട് ജപിച്ച് കെട്ടാൻ പറഞ്ഞാ കേക്കില്ല്യാലോ.” മുത്തശ്ശി കോലായത്തേക്കിറങ്ങി വന്നു പറഞ്ഞു.

അമ്മ ആകാശത്തിലെ നക്ഷത്രമായെന്ന് മുത്തശ്ശി പറഞ്ഞത് കുട്ടിക്കപ്പോഴാണ് ഓർമ്മവന്നത്. കുട്ടി ആകാശത്തേക്ക് നോക്കി. അവിടെ ആകാശം പകുതിയോളം തിന്നുതീർത്ത അമ്പിളിയമ്മാവനുണ്ടായിരുന്നു, കുറേ നക്ഷത്രങ്ങളും.

“ഇവയിലേതായിരിക്കും അമ്മ?” കുട്ടി ചിന്തിച്ചു.

പെട്ടെന്നൊരു നക്ഷത്രം കുട്ടിയെ നോക്കി കണ്ണുചിമ്മി. കുട്ടിയുടെ ചുണ്ടുകൾ അർദ്ധചന്ദ്രാകൃതിയിലായി. അതിനിടയിലൂടെ പാൽനിലാവ് തെളിഞ്ഞു. കണ്ണുകളിൽ ആയിരം കാന്താരി പൂത്തിറങ്ങി.

■

# വളർത്തുമൃഗങ്ങൾ

**തൃ**ശ്ശൂരിൽ സമ്പന്നർ മാത്രം താമസിക്കുന്ന പോഷ് ഏരിയയിലായിരുന്നു മിസ്റ്റർ ശശിധരനും മിസ്സിസ് ശശിധരനും താമസിച്ചിരുന്നത്. അയാൾ അമേരിക്കയിൽ ബിസിനസ്സ് നടത്തുന്നു. ആൺമക്കൾ രണ്ടുപേരും അച്ഛന്റെ ബിസിനസ്സിൽ തന്നെ. വിവാഹം കഴിച്ച് അവിടെത്തന്നെ സെറ്റിൽ ചെയ്തിരിക്കുന്നു. മിസ്റ്റർ മേനോൻ ആറുമാസം കൂടുമ്പോൾ മാത്രമേ നാട്ടിലേക്ക് വന്നിരുന്നുള്ളൂ. മൂന്നോ നാലോ ദിവസങ്ങൾക്കുശേഷം തിരിച്ച് അമേരിക്കയ്ക്കുതന്നെ മടങ്ങും. മിസ്സിസ് മേനോൻ മിക്കവാറും ഒറ്റയ്ക്കുതന്നെയായിരുന്നു.

തൊട്ടപ്പുറത്തെ വില്ലയിലെ ഡോക്ടറുടെ മിസ്സിസ് ലതാനായരും പിന്നെ ഷേർലി തോമസും ഷോപ്പിംഗിനും മറ്റും പോവുമ്പോൾ തന്നെ വിളിക്കുമെങ്കിലും നിർബന്ധിക്കാത്തത് മിസ്സിസ് മേനോനിൽ വലിയ വിഷമമുളവാക്കി. താൻ ഇല്ലെന്ന് പറഞ്ഞാൽ, 'ബൈ...' പറഞ്ഞ് അവർ പോവും.

തൊട്ടുമുന്നിലുള്ള ടെക്സ്റ്റൈൽ ബിസിനസ്സ് നടത്തുന്ന മിസ്. സുലോചന തന്നെ കണ്ട ഭാവം നടിക്കാത്തതിൽ അവർക്ക് നിരാശ തോന്നി. അവൾ രാവിലെ കാറോടിച്ചുപോവും. താൻ ബാൽക്കണിയിലോ ഗേറ്റിലോ ഉണ്ടെങ്കിൽപോലും വല്ലപ്പോഴും ചിരിച്ചെങ്കിലായി. ചുറ്റും നിറയെ ആൾക്കാരുണ്ടെങ്കിലും മിസ്സിസ് മേനോന് ഏകാന്തത അനുഭവപ്പെട്ടു. അതിനെ മറികടക്കാനാണ് അവർ നായ്ക്കളെ വാങ്ങിയത്. ഒരു പഗ്ഗും ഒരു ലാബ്രഡോറും.

കുറച്ചു ദിവസങ്ങൾക്കുള്ളിൽത്തന്നെ അവ കൊച്ചമ്മയുമായി ഇണങ്ങി. പഗ്ഗിനെ ആയിരുന്നു അവർക്ക് കൂടുതൽ ഇഷ്ടം. അത് കൊച്ചമ്മയുടെ കാലിന്നടിയിൽ തന്നെയായിരുന്നു എപ്പോഴും. അവർ രണ്ടുപേരും വാലാട്ടി സ്നേഹം പ്രകടിപ്പിച്ചിരുന്നു. മിസ്സിസ് മേനോന് വല്ലാത്ത സംതൃപ്തി തോന്നിത്തുടങ്ങി.

മാത്രമല്ല, ഭാര്യയുടെ നിർബന്ധത്തിന് വഴങ്ങി മിസ്റ്റർ മേനോൻ ബിസിനസ് മക്കളെ ഏൽപ്പിച്ച് ഭാര്യയുടെ അടുത്തേക്ക് തിരിച്ചു

വന്നു. ഇനിയുള്ള കാലം സ്വസ്ഥമായി ജീവിക്കുവാനും മിസ്റ്റർ മേനോൻ തീരുമാനിച്ചു. അതോടുകൂടി മിസ്സിസ് മേനോൻ കൂടുതൽ സന്തോഷിച്ചു.

"നമുക്ക് നമ്മുടെ നാട്ടിലേക്ക് പോയാലോ? എനിക്കറിയാം എന്റെ ആഗ്രഹത്തിന് എതിര് നിൽക്കില്ലെന്ന്." മിസ്സിസ് മേനോൻ ബെഡ് റൂമിലെ ബാത്റൂമിൽ നിന്ന് ചെറിയ ബാത്ടവ്വൽ മാത്രമുടുത്ത് പുറത്തുവന്ന് ഭർത്താവിനു നേരെ തിരിഞ്ഞുനിന്ന് ടവൽ മാറ്റി നൈറ്റ് ഗൗണിടുന്നതിനിടയിൽ പറഞ്ഞു.

ഫോണിലെ ബെല്ലി ഡാൻസിൽ നിന്ന് കണ്ണ് മാറ്റി അവരുടെ ദുർമേദസ് നിറഞ്ഞ വെണ്ണ പോലത്തെ ശരീരം നോക്കി അയാൾ മിടയിറക്കി.

"നിന്റെ ഇഷ്ടം." അയാൾ പറഞ്ഞു.

മിസ്സിസ് മേനോൻ ബാൽക്കണിയിലിരുന്ന് നീണ്ട വയലും ദൂരെ യുള്ള അമ്പലവും പുഴയും എല്ലാം നോക്കിക്കാണുകയായിരുന്നു.

നാട്ടിലേക്ക് പോരുമ്പോൾ വീട്ടുകാവലിന് അവർ ഒരു 'റോട്ട് വീലറെ'യും വാങ്ങിച്ചിട്ടുണ്ടായിരുന്നു. ആ വലിയ ബംഗ്ലാവിന്റെ മുറ്റത്തുള്ള നായ്ക്കൂടിന്റെ അത്രയും വലിപ്പമുള്ള വീടുകളായിരുന്നു ചുറ്റിലും ഉണ്ടായിരുന്നത്. മിസ്റ്റർ മേനോൻ റോട്ട്വീലറുടെ കഴു ത്തിലെ ചങ്ങലയിൽ പിടിച്ചുകൊണ്ട് പാടത്തിനരികിലുള്ള കനാലി ലേക്ക് ഇറങ്ങുമ്പോഴാണ് എതിരെ രാമൻകുട്ടി വരുന്നത് കണ്ടത്.

മിസ്റ്റർ മേനോനെ കണ്ടതും രാമൻകുട്ടി മടിക്കുത്തഴിച്ച് കാല് രണ്ടും ചേർത്തുവച്ച് കൈപ്പത്തി ഒന്നിനു മുകളിലായി പിണച്ചു വച്ച് ചിരിച്ചുനിന്നു.

"എങ്ങട്ടാ രാമാ?" മിസ്റ്റർ മേനോൻ ചോദിച്ചു.

"പൊഴേൽക്യാ ശശ്യേട്ടാ." രാമൻകുട്ടി പറഞ്ഞു.

ശശിയേട്ടൻ എന്ന് തന്നെ വിളിക്കണമെന്ന് മിസ്റ്റർ മേനോന് നിർബന്ധമായിരുന്നു. ആശ്രിതനായിട്ടും തന്നെ അങ്ങനെ കാണു ന്നേയില്ല ഈ നല്ല മനുഷ്യൻ. കൂട്ടആത്മഹത്യയിൽനിന്ന് തന്റെ കുടുംബത്തെ രക്ഷിച്ചത് ഇദ്ദേഹമാണ്; തന്റെ മകൻ ചന്ദ്രന് ഡ്രൈവർ ജോലി കൊടുത്തുകൊണ്ട്. പിന്നീട് ചന്ദ്രൻ മിസ്റ്റർ മേനോന്റെ വലം കയ്യായി മാറി.

വലിയ ബംഗ്ലാവിന്റെ പാലുകാച്ചലിന് നാളികേരവും പച്ചക്കറിയും കാഴ്ചവയ്ക്കുക മാത്രമല്ല, ഓടിനടന്ന് കാര്യങ്ങൾ നോക്കിയതും രാമൻകുട്ടിയായിരുന്നു. പക്ഷേ, തന്റെ മകൻ കാർ ആക്സിഡന്റിൽ

മരണപ്പെട്ടതിന് പിന്നിൽ ശശിയേട്ടനാണെന്ന് പറയുന്നുണ്ടെങ്കിലും അത് വെറുതെയാണെന്ന് രാമൻകുട്ടിക്കറിയാം.

മിസ്റ്റർ മേനോന്റെ ചില അണിയറരഹസ്യങ്ങൾ നാട്ടിൽ പാട്ടാക്കിയതിന് മിസ്റ്റർ മേനോൻ ചെയ്തതാണ് എന്ന് നാട്ടുകാർ അടക്കം പറയുന്നുണ്ടെങ്കിലും മൃദുവായ കൈകൾക്കുടമയായ മുതലാളിക്ക് അത്തരത്തിലൊരു ഹീനകൃത്യം ചെയ്യാൻ കഴിയില്ലെന്ന് ചന്ദ്രന്റെ ഭാര്യ എണ്ണക്കറുപ്പുള്ള, ചുരുണ്ടമുടിയുള്ള സുന്ദരിയായ ഷീലയ്ക്കറിയാം. അല്ലെങ്കിൽ തനിക്കീ വീട്ടിൽ ജോലി തരുമോ? തന്റെ മകളെ പഠിപ്പിക്കാനുള്ള കാശ് തരുമോ? കൊച്ചമ്മ തന്നോട് ഒരു വേലക്കാരിയോടെന്നപോലെ പെരുമാറിയിട്ടേയില്ല. ഇല്ല, ഒരിക്കലും അവർക്കതിന് കഴിയില്ലെന്ന് ഷീല ഉറച്ചുവിശ്വസിച്ചു.

മിസ്റ്റർ മേനോനോട് യാത്രപറഞ്ഞ് നടക്കാൻ തുടങ്ങുമ്പോഴാണ് മിസ്സിസ് മേനോൻ മട്ടുപ്പാവിൽ നിന്ന് വിളിച്ചത്:

“രാമാ... മരത്തിന്റെ മുകളിൽ കയറാനറിയുന്ന ആരെയെങ്കിലും വൈകിട്ട് കൂട്ടിക്കൊണ്ടുവരണേ...”

“ആ... ആ...” രാമൻ തല ആവശ്യത്തിലേറെ കുലുക്കി.

പഗ്ഗ് വന്ന് മിസ്സിസ് മേനോന്റെ കാലിൽ നക്കി. വാലാട്ടി ചേർന്നു നിന്നു. അവരതിനെ എടുത്ത് മടിയിൽവച്ചു. ലാബ്രഡോറിനേക്കാളും തന്നോട് സ്നേഹം പഗ്ഗിനാണെന്ന് മിസ്സിസ് മേനോൻ ചിന്തിച്ചു. വൈകിട്ട് രാമൻകുട്ടി മരം കയറാനുള്ള ആളേയുംകൊണ്ട് വന്നു.

“ശശിയേട്ടനെന്നെ ഓർമ്മയില്ലേ?” ആഗതൻ ചോദിച്ചു.

“ഇല്ല.” മിസ്റ്റർ മേനോൻ പറഞ്ഞു.

“എനിക്ക് സ്ഥലവും വീടും വയ്ക്കാനുള്ള പണവും തന്നത് ശശിയേട്ടനാണ്.”

“ഓ... അതുശരി. ഞാനങ്ങനെ അനവധി പേർക്ക് കൊടുക്കാറുള്ളതുകൊണ്ട് ആരേയും അത്ര ഓർമ്മ വരാറില്ല.” മേനോൻ ചിരിച്ചുകൊണ്ട് പറഞ്ഞു. “എന്താ തന്റെ പേര്?”

“ദാസൻ.” ആഗതൻ പറഞ്ഞു.

“ആ... ദാസാ, ഈ മാവിന്റെ മുകളിൽ നിറച്ച് ഇത്തിക്കണ്ണിയാ. അത് കൊത്തിമുറിച്ചിടണം. കോവൽ കേട് വരാനും പാടില്ല.” മേനോൻ പറഞ്ഞു.

മാവിനെ ചുറ്റിവരിഞ്ഞുകൊണ്ട് കോവൽ നിന്നിരുന്നു. നിറച്ച് കായയും. ദാസൻ ഒരു കോണി ചെരിച്ചുവച്ച് മാവിൽ കയറി ഇത്തിക്കണ്ണി കൊത്തി മുറിച്ചിട്ടു. എന്താവശ്യത്തിനും എപ്പോൾ വേണമെങ്കിലും വിളിച്ചോളൂ എന്ന് പറഞ്ഞ് ദാസൻ കൂലി വാങ്ങാതെ പോയി.

“നമുക്ക് റോട്ട്‌വീലറെയും ലാബ്രഡോഡിനെയും വിൽക്കാം. പഗ്ഗ് മാത്രംമതി.” രാത്രിയിൽ വീടിനു പുറത്തെ പുൽത്തകിടിയിൽ കസേരയിട്ടിരുന്ന് വോഡ്ക നുണയുന്നതിനിടയിൽ മിസ്സിസ് മേനോൻ പറഞ്ഞു. ഒരു പ്ലേറ്റിൽ നട്ട്സും മറ്റൊന്നിൽ ചെറുനാരങ്ങയും പച്ചമുളകും കൊണ്ടുവന്ന് ടീപോയിയിൽ വച്ചു. നിറയെ എണ്ണ തേച്ച ചുരുണ്ട മുടി അനുസരണയില്ലാതെ മുന്നിലേക്ക് വന്നു വീണു. കാച്ചിയ എണ്ണയുടെ മണം മിസ്റ്റർ മേനോന്റെ മൂക്കിലേക്ക് ഇരച്ചുകയറി. അവൾ തിരിച്ച് വീടിനുള്ളിലേക്ക് കയറിപ്പോയി. അടുക്കളയോട് ചേർന്നുള്ള മുറിയിലാണ് അവൾ കിടക്കുന്നത്. മേനോൻ വോഡ്കയിലേക്ക് നാരങ്ങ പിഴിഞ്ഞു, പച്ചമുളക് കീറിയിട്ടു.

ആകാശത്ത് ചന്ദ്രനും ചുറ്റിലും ആശ്രിതന്മാരെപ്പോലെ തന്റെ വലിപ്പം തിരിച്ചറിയാത്ത നക്ഷത്രഗണങ്ങളും നിറഞ്ഞുനിന്നിരുന്നു.

“നമുക്ക് കിടക്കാം.” കുറച്ച് കഴിഞ്ഞപ്പോഴേക്കും മിസ്സിസ് മേനോൻ കുഴഞ്ഞുതുടങ്ങി. മിസ്റ്റർ മേനോന്റെ തോളിലൂടെ കയ്യിട്ട് അവർ വേച്ചുവേച്ചു നടന്നു. അയാൾ അവരെ ബെഡ്ഡിലേക്ക് കിടത്തി. മേനോനും കൂടെ കിടന്നു. മിസ്സിസ് മേനോൻ ഭർത്താവിന്റെ മാറിലേക്ക് തല ചായ്ച്ചു. അയാളുടെ മുഖത്തേക്ക് ചായംതേച്ച സിൽക്കി മുടി വന്നുവീണു. കുറച്ചു സമയത്തിനുള്ളിൽ മിസ്സിസ് മേനോൻ ഗാഢനിദ്രയിലായി. അയാളുടെ മനസ്സിലേക്ക് കാച്ചിയ എണ്ണതേച്ച ചുരുണ്ട മുടി വന്നുവീണു.

■

# സൂര്യനും മഴയും

**അ**യാൾ പത്രവുമെടുത്ത് പൂമുഖത്തേക്ക് നടന്നു. പത്മസരോവരം കാണാൻ പാകത്തിന് കസേരയിട്ടിരുന്നു. ഇടയ്ക്കിടയ്ക്ക് അയാളെ കാണാൻ പാകത്തിന് മുറ്റത്ത് നിന്നിരുന്ന പ്ലാവിന്റെ ഇലകൾ മാറ്റിക്കൊടുത്തുകൊണ്ട് കാറ്റ് സൂര്യനെ സഹായിച്ചു. ഇന്നവിടെ പോയി വരേണ്ട സമയം കഴിഞ്ഞല്ലോ?

അയാളുടെ ചിന്ത അവസാനിക്കുമ്പോഴേക്ക് പത്മം ആ വീടിന്റെ ഉമ്മറത്തെത്തി. കുളിച്ച് മുടി തോർത്തുമുണ്ട് കൊണ്ട് ചുറ്റിക്കെട്ടിയിരിക്കുന്നു. ചുവപ്പുസാരി. കയ്യിൽ ചായക്കപ്പ്, ഉമ്മറത്ത് പത്രം വായിച്ചുകൊണ്ടിരിക്കുന്ന ഭർത്താവിന് നേരെ നീട്ടുന്നു. അയാൾ കപ്പ് മേടിച്ച് അവളുടെ കയ്യിൽ പിടിക്കുന്നു. അയാൾ പെട്ടെന്ന് കണ്ണുകൾ പിൻവലിച്ച് പത്രത്തിലേക്ക് നോക്കി. ഇനി അങ്ങോട്ട് നോക്കുന്നത് മര്യാദയല്ല. നോക്കണമെന്നുണ്ട്. പക്ഷേ...?

“ചായ.”

അയാൾ തലയുയർത്തി. സീതയാണ്. തന്റെ ഭാര്യ അടുക്കളപ്പണിക്കിടയിൽ കൈ തുടച്ച് നൈറ്റി ആകെ മുഷിഞ്ഞിരിക്കുന്നു. തലേന്ന് രാത്രി ഉച്ചിയിലേക്ക് കെട്ടിവെച്ച മുടി അതേപോലെത്തന്നെ.

“ന്ന് സ്കൂളില് ഫീസടയ്ക്കണം. കറന്റ് ബില്ലടയ്ക്കേണ്ട അവസാന തീയ്യതി ഇന്നാണ്.”

“ഉം.” അയാൾ മൂളി.

അവൾ കുറച്ചുനേരംകൂടി അവിടെ പരുങ്ങിനിന്നശേഷം അടുക്കളയിലേക്ക് പോയി.

പത്മസരോവരത്തിൽ നിന്ന് ചിരി ഉയർന്നുകേട്ടു. അടുക്കളയിൽ പാത്രങ്ങളുടെ കലപിലശബ്ദം. രണ്ടുപേരും കൂടിയാണ് പാചകം. സീതയ്ക്ക് താൻ അടുക്കളയിൽ കയറുന്നത് ഇഷ്ടമേയല്ല. ഒക്കെ അവൾക്ക് തനിച്ച് ചെയ്യണം. വായിൽ വയ്ക്കാൻ കൊള്ളില്ലെങ്കിലും

കഴിച്ചോളണം. എന്തെങ്കിലും പറഞ്ഞാൽ മുഖം വീർപ്പിക്കും. അയാൾ എഴുന്നേറ്റ് ബ്രഷും പേസ്റ്റും എടുത്ത് വാഷ്ബേസിനിലേക്ക് പോയി. മുഖം കഴുകി തുടയ്ക്കുന്നതിനിടയിൽ കണ്ണാടിയിൽ സീത പാത്രം കഴുകുന്നു. എന്തോ ചിന്തയിലാണ്. ഇവിടെയെങ്ങുമല്ല.

അയാൾ തോർത്തുമുണ്ടെടുത്ത് കുളിമുറിയിൽ കയറി കുളിച്ചിറങ്ങുമ്പോൾ അവൾ ചപ്പാത്തി പരത്തുകയും ചുടുകയും ഒന്നിച്ച് ചെയ്യുകയാണ്. അയാൾ ബെഡ്റൂമിൽ കയറി ഷർട്ടെടുത്ത് ഉമ്മറത്തേക്ക് വന്നു. പത്മം കുട്ടികളെ യൂണിഫോം ഇടുവിപ്പിക്കുകയാണ്. ഇവിടുത്തെ രണ്ടുപേർ ഇനിയും എഴുന്നേറ്റിട്ടില്ല. മേശമേൽ ചപ്പാത്തിയും സ്റ്റൂവും ചോറും കറികളും ഉപ്പേരിയും നിരന്നു. സീത കുട്ടികളെ എഴുന്നേൽപ്പിച്ച് പല്ല് തേപ്പിച്ച് യൂണിഫോമിടുവിപ്പിച്ചു. അയാളും കുട്ടികളും കസേരയിൽ വന്നിരുന്നു. അവൾ അവർക്കെല്ലാം ഭക്ഷണം വിളമ്പി. കുട്ടികൾക്കും അയാൾക്കുമുള്ള ഭക്ഷണം പാത്രത്തിലാക്കി ബാഗിൽ വച്ചു. അയാൾ ഭക്ഷണം കഴിച്ച് എഴുന്നേറ്റ് കൈ കഴുകി.

അയാൾ കണ്ടു. പത്മസരോവരത്തിൽ അയാൾ ബൈക്ക് സ്റ്റാർട്ടാക്കുന്നു. പത്മമാവട്ടെ, അയാളുടെ ബാഗെടുത്ത് കൊടുക്കുന്നു. ബൈക്കിലേക്ക് കുട്ടികളെയും കയറ്റിയിരുത്തി. ബൈക്ക് നീങ്ങുമ്പോൾ പിന്നിൽനിന്ന് കൈവീശി കാണിക്കുന്നു.

പത്മം തലയിൽനിന്ന് തോർത്ത് മാറ്റി മുടി ഇഴപിന്നിയിരിക്കുന്നു. നിതംബംവരെ കിടക്കുന്ന ഇടതൂർന്ന മുടി. അഴകൊത്ത ശരീരം. അവൾ ശരീരം നന്നായി സൂക്ഷിക്കും. മുടിയും സൗന്ദര്യവും സംരക്ഷിക്കും. വൈകിട്ട് അവർ വരുന്നതുവരെ അവൾ തയ്യൽ ജോലി ചെയ്തും കരകൗശലവസ്തുക്കൾ ഉണ്ടാക്കിയും വീട്ടിലിരുന്ന് പണം സമ്പാദിക്കും.

അയാൾ ഓഫീസ് വിട്ടുവന്നാൽ അവർ രണ്ടുപേരും കൂടിയാണ് നടക്കാൻ പോവുക. താൻ വൈകിട്ട് വരുമ്പോൾ വഴിയിൽവച്ച് കാണാറുണ്ട്. അവർ എപ്പോഴും സംസാരിക്കും. പത്തൊമ്പത് കൊല്ലമായി കല്യാണം കഴിഞ്ഞിട്ട്, എന്നിട്ടും അവർ സംസാരിച്ചുകൊണ്ടേയിരിക്കുന്നു, പൊട്ടിച്ചിരിക്കുന്നു.

തടി കുറയ്ക്കാൻ പറഞ്ഞാൽ സീത അനുസരിക്കില്ല. അതുകൊണ്ടുതന്നെ ഇടയ്ക്കിടയ്ക്ക് അസുഖമാണ്. നടത്തം കഴിഞ്ഞു വന്നാൽ അവരും കുട്ടികളും സന്ധ്യവരെ അടുക്കളത്തോട്ടത്തിൽ ആയിരിക്കും. വിരസമായ തന്റെ വൈകുന്നേരങ്ങളെ ഈ കാഴ്ച അതിമനോഹരമാക്കാറുണ്ട്. സന്ധ്യയ്ക്ക് വിളക്ക് കൊളുത്തിക്കഴിഞ്ഞാൽ അവരൊന്നിച്ചാണ് നാമം ജപിക്കാറ്.

രാത്രി പത്തുമണിക്ക് പത്മസരോവരത്തിന്റെ വാതിലടയുന്നതുവരെ കളിയും ചിരിയും വർത്തമാനങ്ങളും കേൾക്കാം. സരോജ് കുമാർ ഭാഗ്യവാനാണ്. അയാൾ ബൈക്ക് സ്റ്റാർട്ടാക്കി. കുട്ടികൾ സീതയ്ക്ക് റ്റാറ്റ കൊടുത്തു. അവൾ തിരിച്ചും കൊടുത്തിരിക്കണം!

* * *

**പി**റ്റേന്ന് രാവിലെ മാധവവിഹാറിന്റെ മുറ്റത്ത് നല്ല മഴക്കാറുണ്ടായിരുന്നു. സീത ഒരു കപ്പിലേക്ക് ചായ പകർന്ന് ഉമ്മറത്തേക്ക് നടന്നു.

“ചായ.” അവൾ പറഞ്ഞു.

അയാൾ അത് വാങ്ങി പടിയിൽ വച്ചു. അവൾ കുറച്ചുനേരം അവിടെ പരുങ്ങിനിന്നു.

വെറുതെയാ! മാധവേട്ടൻ തന്റെ കയ്യിൽ പിടിക്കുക പോയിട്ട്, നോക്കുക പോലുമില്ല. അവൾ അടുക്കളയിലേക്ക് തിരിച്ചുപോയി. മാധവവിഹാറിന്റെ കിഴക്കോട്ടുള്ള ജനവാതിൽ തള്ളിത്തുറന്നു. ഇത് തുറന്നില്ലെങ്കിൽ പണിയെടുക്കുമ്പോൾ തനിക്ക് ശ്വാസംമുട്ടും.

സരോജ്കുമാറും പത്മവും പൂമുഖത്തുണ്ട്. എന്തൊക്കെയോ സംസാരിക്കുന്നു, ചിരിക്കുന്നു. കണ്ടാൽ ഭാര്യയും ഭർത്താവുമാണ് എന്ന് പറയില്ല, കാമുകീകാമുകന്മാരെപ്പോലെ. പൊതുവേ, അയാൾക്ക് സ്ത്രീകളോട് ബഹുമാനമാണ്. ബാങ്ക് മാനേജരാണ്. പക്ഷേ തന്നോടുപോലും എത്ര ബഹുമാനത്തോടെയാണ് പെരുമാറുക. പത്മയോടുപോലും ബഹുമാനത്തോടെയേ പെരുമാറൂ.

സീത പുട്ടുകുറ്റിയിലേക്ക് തേങ്ങ വാരിയിടുന്നതിനിടയിൽ തല യുയർത്തി നോക്കി. പൂമുഖത്ത് ആരുമില്ല, അടുക്കളയിലായിരിക്കും. എല്ലാ ജോലികളിലും അയാൾ അവളെ സഹായിക്കാറുണ്ട്.

പാത്രത്തിൽ അഴുക്കു കണ്ടാലോ സ്ഥാനംതെറ്റി ഇരുന്നാലോ കിച്ചൻസ്ലാബിൽ ഉള്ളിത്തോൽ കണ്ടാലോ കണ്ണു പൊട്ടുന്ന ചീത്ത പറയാതെ, അതെല്ലാം പരിഹരിക്കും.

സീത അയാൾക്കും കുട്ടികൾക്കും ഭക്ഷണം വിളമ്പി. ഉച്ചയ്ക്ക് കഴിക്കാനുള്ള ടിഫിൻ ബോക്സിലാക്കി ഉമ്മറത്ത് വച്ചു. പുറത്ത് നല്ല മഴക്കാറ്.

“മഴ വരുന്നുണ്ട്... വേഗം ഇറങ്ങിക്കോളൂ.” അവൾ പറഞ്ഞു. അയാൾ മറുപടിയായി ഒന്ന് മൂളിയതുപോലുമില്ല. ബാഗെടുത്ത് വണ്ടി സ്റ്റാർട്ടാക്കി. കുട്ടികൾ റ്റാറ്റാ പറഞ്ഞു. അവൾ തിരിച്ചും.

അയാൾ തിരിഞ്ഞുനോക്കി യാത്ര പറയാറില്ല. പറയാതിരിക്കുന്നതാണ് നല്ലത്. നോട്ടത്തിൽ പുച്ഛവും പരിഹാസവും നിറഞ്ഞു നിൽക്കും.

പത്മസരോവരത്തിൽനിന്ന് വണ്ടി സ്റ്റാർട്ടാക്കുന്ന ശബ്ദം കേട്ട് അവൾ നോക്കി. പത്മം അയാളുടെ ബാഗുമെടുത്ത് വണ്ടിയുടെ അടുത്ത് നിൽക്കുന്നു. ചുരിദാറാണ് വേഷം. എന്തൊരു അഴകാണ വൾക്ക്. താനും ഇതുപോലെയായിരുന്നു മുമ്പ്. അവളേക്കാൾ മുടി യുണ്ടായിരുന്നു. ഇതൊക്കെ എന്നാണ് നഷ്ടപ്പെട്ടതെന്ന് തനി ക്കോർമ്മയില്ല.

സീത അകത്ത് കയറി വാതിലടച്ചു.

പത്മം ഭാഗ്യവതിയാണ്. വിവാഹവാർഷികത്തിന് അയാൾ അവൾക്ക് സാരിയും മുല്ലപ്പൂവും സമ്മാനിക്കാറുണ്ട്. ജോഗിങ്ങിനും പച്ചക്കറി നടാനും സ്നേഹപൂർവ്വം നിർബന്ധിച്ച് കൂടെകൂട്ടാറുണ്ട്. അവളുടെ ശരീരവടിവുകളെയും സൗന്ദര്യത്തെയും പ്രശംസിക്കാ റുണ്ട്. അവളുടെ തയ്ക്കാനും കരകൗശലവസ്തുക്കൾ ഉണ്ടാക്കാനു മുള്ള കഴിവിനെ പ്രശംസിക്കാറുണ്ട്. വീട്ടിലെ കാര്യങ്ങളും കുട്ടി കളുടെ കാര്യങ്ങളും അവളുടെ അഭിപ്രായം ചോദിച്ചാണ് ചെയ്യാ റുള്ളത്.

മാധവവിഹാറിന്റെ ഉമ്മറത്തു നിൽക്കുന്ന പ്ലാവിന്റെ കാനൽ കാരണം അടുക്കളയോട് ചേർന്നുള്ള മാവിന്റെ ഒരു ചില്ലയൊഴികെ മറ്റെല്ലാ ചില്ലകളും സൂര്യപ്രകാശംതേടി പത്മസരോവരത്തിലേക്കായി രുന്നു വളർന്നുനിന്നിരുന്നത്. അതിന്റെ കണ്ണിമാങ്ങകൾ പെറുക്കാൻ വരുമ്പോൾ ഇതൊക്കെ പത്മം പറയാറുണ്ട്.

സീത അടുക്കളയിലേക്ക് കയറി. ജനലിന്റെ പടിയിൽ ഇരുന്ന് ജനൽകമ്പിയിൽ മുഖം ചേർത്തുവച്ചു.

ഓഫീസിലേക്ക് പോവുമ്പോൾ അകത്തുവച്ച് അവർ ചുണ്ടു കളിൽ ചുംബിക്കുന്നുണ്ടാവണം. അവൾ അടുക്കളയിൽ നിൽക്കു മ്പോൾ അയാൾ പിന്നിലൂടെ വന്ന് കഴുത്തിന് പുറകിൽ ചുംബി ക്കുന്നുണ്ടാവണം. രാത്രിയിൽ കാമുകീകാമുകന്മാരെപ്പോലെ പ്രണ യാവേശത്തോടെ ഇണചേരുന്നുണ്ടാവണം. അവളുടെ പൊക്കിളിലും കക്ഷങ്ങളിലും മുലകളിലും അയാൾ ചുംബിക്കുന്നുണ്ടാവണം. ഇണ ചേർന്ന് കഴിഞ്ഞാലുള്ള ആലസ്യത്തിലും അവളെ തന്റെ കരവലയ ത്തിൽ ഒതുക്കി മാറിൽ കിടത്താറുണ്ടാവും.

കവിളിൽ നനവ് പോലെ തോന്നിയപ്പോൾ സീത തലയുയർത്തി പുറത്തേക്ക് നോക്കി. പുറത്ത് അത്യാവശ്യം നന്നായി മഴ പെയ്യു ന്നുണ്ട്. പക്ഷേ, ഒട്ടും ശബ്ദമില്ല. അവൾക്ക് ആശ്ചര്യം തോന്നി. അവൾ മഴയുടെ ഹൃദയത്തിലേക്ക് ചെവിയോർത്തു.

അവൾ ചെവിയോർത്തു.

അതെ തേങ്ങലുകൾ... നെടുവീർപ്പുകൾ...

അവൾ മഴയെ തന്റെ ഹൃദയത്തിലേക്ക് ചേർത്തണച്ചു. ഒരു ആശ്രയത്തിനെന്നോണം അത് അവളിലേക്കലിഞ്ഞുചേർന്നു. ഇപ്പോൾ മഴ തന്റെ ഹൃദയത്തിലിരുന്ന് നിശ്ശബ്ദമായി പെയ്യുകയാണ്. പെയ്തൊഴിയുകയാണ്. ജനൽക്കമ്പിയിൽ തട്ടി വെള്ളത്തുള്ളികൾ അവളുടെ കവിളിലേക്ക് തട്ടിത്തെറിപ്പിക്കാൻ കാറ്റ് മഴയെ സഹായിച്ചുകൊണ്ടേയിരുന്നു.

■

# നിഴൽക്കൂത്ത്

**ഏ**ഴ് വയസ്സുള്ള ആൺകുട്ടി തന്റെ കൈവിരൽ ഒരു പ്രത്യേക രീതിയിൽ കോർത്ത് ചുമരിൽ ആനയുടെ രൂപം തീർത്തു. തന്റെ ചൂണ്ടുവിരൽ താഴേക്ക് നീട്ടി അത് മടക്കുകയും നിവർത്തുകയും ചെയ്തു.

"നോക്ക് കുഞ്ഞാ തുമ്പിക്കൈ."

ആൺകുട്ടി തന്റെ മൂന്നുവയസ്സുള്ള അനിയത്തിയെ നോക്കി പറഞ്ഞു: "ആനയ്ക്ക് പാപ്പ കൊടുക്ക്."

പെൺകുട്ടി പതുക്കെ സോഫയിൽ നിന്നെഴുന്നേറ്റ് ചുമരിനടുത്തേക്ക് വന്നു.

"ഹായ് കരുത്താന."

കൈപ്പത്തി ഒന്നുകൂടി നിവർത്തി ചുമരിലെ ആനയുടെ രൂപത്തിൽ തൊട്ടു. എന്നിട്ട് കൈവെള്ളയിലേക്ക് നോക്കി. ഇല്ല കൈയ്യിലില്ല. അവൾ തന്റെ നഖംകൊണ്ട് ചുമരിൽ ചുരണ്ടി നോക്കി. പിന്നെ ചുണ്ട് പിളർത്തി കരയാൻ തുടങ്ങി.

"ച്ച്... ആനേനെ വേണം."

"അയ്യോടാ കുഞ്ഞാ, കരയല്ലേ ഏട്ടൻ വേറെ കാണിച്ച് തരാം."

അവൻ തള്ളവിരൽ തമ്മിൽ ചേർത്ത് മറ്റു നാലുവിരലുകളും ഇരുവശത്തേക്കും വിടർത്തി ചുമരിൽ പക്ഷിയുടെ രൂപം തീർത്തു. അത് ചിറക് വിടർത്തി ചുമരിലെ കുഞ്ഞിന്റെ നിഴലിലേക്ക് പറന്നു വന്നു.

"അച്ഛ... അച്ഛ..."

കുട്ടി ചുമരിലെ ഫോട്ടോയിലേക്ക് വിരൽ ചൂണ്ടി. ചുമരിൽ ചേർന്നുനിന്നിരുന്ന ഫോട്ടോയിൽ തൂങ്ങിയിരിക്കുന്ന മാല ഫോട്ടോയേക്കാൾ നീളമുള്ളതിനാൽ താഴെ വന്ന് നിന്നിരുന്നു.

"അച്ഛയ്ക്ക് നമ്മളെന്താ കൊടുക്കാ?"

ആൺകുട്ടി ചോദിച്ചു. "ഊം...." അവൻ എന്തോ ചിന്തിക്കുന്നതു പോലെ നിന്നു. "ആ, കിട്ടി. നമുക്ക് അച്ഛയ്ക്ക് ലോക്കറ്റ് കൊടുക്കാം."

അവൻ കൈമുഷ്ടി ചുരുട്ടുന്നതുപോലെയാക്കി കൃത്യം മാലയുടെ താഴെ കൊണ്ടുവന്ന് ലോക്കറ്റ് പോലെയാക്കി. മേശമേലിരിക്കുന്ന പാൽക്കുപ്പിയും അതിന്റെ നിപ്പിളും ചുമരിൽ മുലയുടെ രൂപം തീർത്തിരുന്നു. കുഞ്ഞ് അതിന്റെ നേരെ കൈ നീട്ടി.

"വെശക്കണണ്ടോ?" ആൺകുട്ടി ചോദിച്ചു.

"അമ്മയിപ്പം വരും."

അമ്മയും രണ്ടാനച്ഛനും മിക്കദിവസവും വൈകിട്ട് പുറത്ത് പോകുന്നതിനാൽ അവർ തിരിച്ച് വരുന്നതുവരെ കുഞ്ഞ് കരയാതെ നോക്കുക എന്നത് അവന്റെ ഉത്തരവാദിത്തമായിരുന്നു. അവൻ പാൽക്കുപ്പി കുഞ്ഞിന്റെ കൈയിൽ പിടുപ്പിച്ചു. കുഞ്ഞ് നിപ്പിൾ ചപ്പി പാൽ കുടിക്കാൻ തുടങ്ങി.

"ഏട്ടനിപ്പം വരാട്ടോ, അമ്മ വരണ്ണ്ടോന്ന് നോക്കട്ടെ. കുഞ്ഞ എങ്ങട്ടും പോവരുതേ."

വില്ലയുടെ ഉമ്മറത്തെ വാതിൽ പുറത്ത് നിന്ന് പൂട്ടിയതിനാൽ ജനലിൽക്കൂടി നോക്കിയാലും നീണ്ടവഴിയുടെ കാൽഭാഗം മാത്രമേ കാണാൻ പറ്റൂ. അവൻ അവളെ സോഫയിൽ കയറ്റി ഇരുത്തി. കോണി കയറി മുകളിലത്തെ ബാൽക്കണിയിലേക്കിറങ്ങി നീണ്ട വഴിയിലേക്ക് നോക്കി.

സ്ട്രീറ്റ് ലൈറ്റിന്റെ വെളിച്ചത്തിൽ രണ്ട് നിഴലുകൾ നീണ്ട് നീണ്ട് വന്നു. അവൻ പ്രതീക്ഷയോടെ അതിലേക്ക് നോക്കി. അല്ല, അതവരല്ല. അവൻ നിരാശനായി.

തൊട്ടടുത്ത വില്ലയിലെ ഗ്ലാസിടാത്ത ജനലിലെ വെളുത്ത കർട്ടനിൽ അവിടുത്തെ താമസക്കാരുടെ നിഴലുകൾ. തീൻമേശയിൽ പാത്രങ്ങളുടെ ശബ്ദം. പിന്നെ ചിരിയും വർത്തമാനങ്ങളും.

ആൺകുട്ടി ഒന്നുകൂടി സൂ ക്ഷിച്ചു നോക്കി. വെളുത്ത കർട്ടനിലെ രൂപങ്ങൾ കൈകൾ പൊക്കുന്നു, പാത്രങ്ങൾ കൈമാറുന്നു. അച്ഛന്റെ കൂടെ ദേവീക്ഷേത്രത്തിലെ തോൽപ്പാവക്കൂത്ത് കാണാൻ പോയതാണ് കുട്ടിക്ക് ഓർമ്മ വന്നത്.

"എന്തിനാ അച്ഛാ ഇത് നടത്തണേ?"

അച്ഛന്റെ കൈ പിടിച്ച് തിരിച്ചുപോരുമ്പോൾ അവൻ ചോദിച്ചു.

"അതോ? പറയാം. അത് പണ്ടുപണ്ട് ദേവന്മാർക്കും ഋഷിമാർക്കും മാനവർക്കുമെല്ലാം ശല്യമായ ദാരുകൻ എന്ന അസുരനുണ്ടായിരുന്നു.

ഈ അസുരനെ നിഗ്രഹിക്കുവാനായി പരമശിവൻ തന്റെ കണ്ഠത്തിലെ കാളകൂടവിഷത്തിൽ നിന്നും ഭദ്രകാളിയെ സൃഷ്ടിച്ചു. ഏറെനാൾ നീണ്ടുനിന്ന ഒരു യുദ്ധത്തിനൊടുവിൽ ഭദ്രകാളി ദാരുകനെ വധിച്ചു. ദാരുകനും ഭദ്രകാളിയും യുദ്ധം നടന്ന അതേ സമയത്താണ് രാമരാവണയുദ്ധവും നടന്നത്. അതുകൊണ്ട് രാമൻ രാവണനെ നിഗ്രഹിക്കുന്നത് കാണാൻ കാളിക്ക് സാധിച്ചില്ല. ആ കുറവു നികത്താനാണ് കൊല്ലംതോറും ദേവീക്ഷേത്രങ്ങളിൽ പാവക്കൂത്ത് നടത്തുന്നത്."

"ഭദ്രകാളിയെ കണ്ടാ പേടിയാവോ അച്ഛാ?"

"പിന്നേ... കഴുത്തിൽ തലയോട്ടി കൊണ്ടുള്ള മാലയും പത്ത് കൈകളിൽ ആയുധവും ചുവന്നനാക്ക് പുറത്തേക്ക് നീട്ടി..."

കുട്ടി തന്റെ വിയർത്ത കൈകൊണ്ട് അച്ഛന്റെ കൈയിൽ അമർത്തിപ്പിടിച്ചു.

വില്ലയിലേക്കുള്ള വഴിയിൽ രണ്ട് നിഴലുകൾ നീണ്ടുവന്നു. കുട്ടി നെഞ്ചിടിപ്പോടെ നിഴലിന്റെ കാൽഭാഗത്തേക്ക് ദൃഷ്ടിയൂന്നി. തിരിച്ചറിഞ്ഞപ്പോൾ ശരവേഗത്തിൽ കോണിപ്പടികളിറങ്ങാൻ തുടങ്ങി. കുട്ടിയേക്കാൾ മുൻപേ അവന്റെ നിഴലുകൾ താഴേക്ക് ഓടിയെത്തി. താഴത്തെത്തിയതും അവൻ കുറച്ചു മുൻപേ മറന്നുപോയ എന്തോ തിരഞ്ഞു.

സോഫയിൽ കിടന്ന് അവൾ സുഖമായി ഉറങ്ങുന്നു. പാൽക്കുപ്പി നിലത്ത് വീണുകിടക്കുന്നു. നിലത്ത് വീണുകിടക്കുന്ന പാൽത്തുള്ളികൾ അവൻ അതിവേഗം കാലുകൊണ്ട് തുടച്ചു. പാൽക്കുപ്പി വീണ്ടും ചുമരിൽ മുലയായി. സിറ്റൗട്ടിലേക്കുള്ള ജനൽചില്ലുകളിൽ നിഴലുകൾ അനങ്ങുന്നു. വാതിലിന്റെ താക്കോൽ ദ്വാരത്തിൽ ഞരക്കങ്ങൾ ഉയർന്നു. രണ്ട് നിഴലുകൾ അകത്തേക്ക് നീണ്ടുവന്നു. കുട്ടി കൈകൾ പിന്നിൽ കെട്ടി തല താഴ്ത്തി നിന്നു.

"എന്താ ഒരു കള്ളലക്ഷണം?" അമ്മ ചോദിച്ചു: " കുഞ്ഞെവിടെ?" അവൻ സോഫയിലേക്ക് വിരൽ ചൂണ്ടി.

"പാലുകൊടുത്തോ അവൾക്ക്?"

അവർ അഴിഞ്ഞു കിടന്നിരുന്ന മുടി മുകളിലേക്ക് പിടിച്ചു കെട്ടി സോഫയിൽ കിടന്നിരുന്ന കുഞ്ഞിനെ എടുത്തു.

"എന്താടാ ഇത്?" അവർ ദേഷ്യത്തോടെ നോക്കി ചോദിച്ചു. "മൂത്രമൊഴിപ്പിച്ചില്ലേ ഇവളെ?"

കുട്ടി സോഫയിലേക്ക് നോക്കി. സോഫയിലെ പതുപതുത്ത തുണിയിൽ നനവു പടർന്ന് ഒരു മുയലിന്റെ രൂപം തീർത്തിരുന്നു.

“അമ്മ ചോദിച്ചതു കേട്ടില്ലേ?” അതുവരെ മിണ്ടാതിരുന്ന അയാൾ രംഗപ്രവേശം ചെയ്തു.

“ഞാൻ മറന്നു.”

“ആ... ആ... എങ്ങനെ?” അയാൾ ഒരു പ്രത്യേക താളത്തിൽ ചോദിച്ചു.

“ഞാൻ മറന്നു.”

അയാളുടെ കൈ നിഴലിൽ പൊങ്ങി ചുമരിലിലിരിക്കുന്ന അവന്റെ കുഞ്ഞുകവിളിലേക്ക് ആഞ്ഞുപതിച്ചു. കുഞ്ഞു ഞെട്ടിയുണർന്നു. പക്ഷേ അവൾ കരയാറില്ലായിരുന്നു. അവൾ അമ്മയുടെ കൈയിൽനിന്ന് ഊർന്നിറങ്ങി, അകത്തേക്കോടി സ്ഥിരം ഒളിക്കാറുള്ള ഇരുമ്പുകട്ടിലിനടിയിൽ ഒളിച്ചിരുന്നു.

“നിന്നോടു ഞാൻ പറഞ്ഞിട്ടുള്ളതല്ലേ കുഞ്ഞിനെ മൂത്രമൊഴിപ്പിച്ചേ കിടത്താൻ പാടുള്ളുവെന്ന്?”

കുട്ടിക്ക് അത് പത്തു കൈകളുള്ള, ചോരയിറ്റുന്ന നാവ് പുറത്തേക്ക് തള്ളി നിൽക്കുന്ന കാളിയാണെന്ന് തോന്നി.

“എന്നെ തല്ലല്ലേ അമ്മേ. ഇനി നാൻ ചെയ്തോളാം മറക്കില്ല.”

അവൻ കൈകൾ കൂപ്പി പിന്നിലേക്ക് ഒരടി വെച്ച് നടന്നുകൊണ്ട് പറഞ്ഞു.

ചുമരിൽ അവന്റെ കുഞ്ഞു രൂപം തെളിഞ്ഞു. ഭീമാകാരമായ കാളിയുടെ രൂപവും ദാരുകന്റെ രൂപവും ചുമരിൽ അവനെ പൊതിഞ്ഞുനിന്നു. ദാരുകൻ കാലുകൾ പൊക്കി അവന്റെ അടിവയറ്റിലേക്ക് ആഞ്ഞു ചവിട്ടി. കുട്ടി തെറിച്ച് ചുമരിന് മുകളിലേക്ക് തലയിടിച്ചു താഴെ വീണു.

ചുമരിൽ ഉഗ്രരൂപിണിയായ ഭദ്രകാളി മുടിയഴിച്ചിട്ട് ചേരയിറ്റുന്ന നാവുമായി അവനു നേരെ ഓടിവന്ന് അവന്റെ നെഞ്ചിലേക്ക് ആഞ്ഞുചവിട്ടി, ചുമരിൽ നിന്ന് കിതച്ചു. നിലത്ത് കിടന്ന അവന്റെ കാലുകൾ ദാരുകൻ വായുവിൽ ചുഴറ്റുന്നത്, പക്ഷേ ചുമരിൽ ദേവകിയുടെയും വസുദേവരുടെയും പുത്രൻമാരെ നിലത്തടിച്ച് കൊല്ലുന്ന കംസന്റെ രൂപം തീർത്തു.

ഇരുമ്പുകട്ടിലിനടിയിൽ കുഞ്ഞ് ശ്വാസമടക്കി പിടിച്ച് കിടക്കുകയായിരുന്നു അപ്പോഴും. ശബ്ദങ്ങൾ നിലച്ചു. ആരോ വാതിൽ കൊട്ടിയടയ്ക്കുന്ന ശബ്ദം. അവൾ പതുക്കെ കട്ടിലിനടിയിൽനിന്ന് പുറത്തിറങ്ങി. ഹാളിൽ നിഴൽച്ചിത്രങ്ങൾക്ക് മാത്രമായുള്ള അരണ്ട വെളിച്ചത്തിൽ ചുമരിന് താഴെ ഏട്ടൻ കമിഴ്ന്നു കിടക്കുന്നു.

ചുമരിൽ ചോര പടർന്ന് പടർന്ന് വലിയൊരു ആനയുടെ രൂപം തീർത്തിരുന്നു. പക്ഷേ താഴേക്കൊലിച്ചിറങ്ങുന്ന ചോര തുമ്പിക്കൈ തീർക്കുന്നേ ഉണ്ടായിരുന്നുള്ളൂ.

കുട്ടി ചുമരിനടുത്തേക്ക് നടന്നു വന്നു. നിലത്തിരുന്ന് താഴേക്ക് ഉരുണ്ടുവരുന്ന തുമ്പിക്കൈയ്യിൽത്തന്നെ ദൃഷ്ടി ഉറപ്പിച്ച് ഏട്ടനെ കുലുക്കി വിളിച്ചു.

“ഏട്ടാ... നോക്ക്, ആന.”

അവൾ പെട്ടെന്ന് എഴുന്നേറ്റ് നിലത്ത് മുട്ടുമായിരുന്ന തുമ്പി കൈയ്യിന്റെ ഉരുണ്ട അറ്റത്ത് തന്റെ കുഞ്ഞിക്കൈ പതിപ്പിച്ചു, എന്നിട്ട് കൈവെള്ളയിലേക്ക് നോക്കി. ആദ്യമായി ആനയെ കൈയിൽ കിട്ടിയ സന്തോഷത്തിൽ പറഞ്ഞു:

“ഹായ്... ചോപ്പാന!!”

■

# ഇര

**എ**ട്ടുകാലിവല തൂക്കുന്നതിനിടയിലാണ് അവൾ അതു കണ്ടത്. ഒരു ചെറിയ പാറ്റ ചുമരിൽ പറ്റിയിരിക്കുന്നു. തൊട്ടടുത്തായി ഒരു പല്ലി അരിച്ചരിച്ച് അതിനടുത്തേക്ക് വന്നുകൊണ്ടിരിക്കുന്നു. അവൾ കൈയിലുള്ള ചൂലുകൊണ്ട് പാറ്റയെ ഒന്ന് തൊട്ടു. അത് പറന്നു പോയി. ഇച്ഛാഭംഗത്തോടെ പല്ലി തിരിച്ചുപോയി.

“എന്തിനാടീ അതിന്റെ ഇര മുടക്കീത്?”

അത് കണ്ടുകൊണ്ട് മുറിയിലേക്ക് കടന്നുവന്ന രവി ചോദിച്ചു. എന്നിട്ട് കസേര വലിച്ചിട്ടിരുന്ന് മേശമേൽ വച്ച പേനയെടുത്ത് എഴുതിത്തുടങ്ങി. പിറ്റേദിവസം പത്രത്തിൽ കൊടുക്കാനുള്ള ലേഖനം തയ്യാറാക്കുകയായിരുന്നു അയാൾ.

“ഇന്നെന്താ വിഷയം?” അവൾ ചോദിച്ചു.

“ഏതാണ്ട് തൊണ്ണൂറ് തൊണ്ണൂറ്റിയഞ്ച് വയസ്സുള്ള ഒരു വൃദ്ധൻ. നൂൽബന്ധം പോലുമില്ലാതെ വെറും തറയിൽ. മലവും മൂത്രവും... കിടന്നകിടപ്പിൽത്തന്നെ. ഹൊ!!”

അയാൾ ഛർദ്ദിക്കാൻ വരുന്നതുപോലെ വായ തുറന്ന് നാക്ക് നീട്ടി ആംഗ്യം കാണിച്ചു.

“എന്നിട്ട് നീയെന്ത് ചെയ്തു?” ശാരു ചോദിച്ചു.

“എന്ത് ചെയ്യാൻ? ഫോട്ടോ എടുത്ത് പെട്ടെന്ന് പുറത്തു കടന്നു. ദാ നോക്ക്.”

അയാൾ ഒരു ഫോട്ടോ എടുത്ത് കാണിച്ചു. അവളതിലേക്ക് ഒന്നേ നോക്കിയുള്ളൂ. പെട്ടെന്ന് തല വെട്ടിച്ചു.

“ഈ ഫോട്ടോയുടെ താഴെ അടിക്കുറിപ്പെഴുതണം. നല്ല ഹൃദയ സ്പർശിയായ വാക്കുകൾ. നിന്റെ മനസ്സിൽ വല്ല ആശയവും തോന്നു ന്നുണ്ടോ?” അയാൾ ചോദിച്ചു.

“എന്നാലും ഒരു പുതപ്പെങ്കിലും വാങ്ങിച്ച് കൊടുക്കാർന്നില്ലെ നിനക്ക്?” അവൾ ചോദിച്ചു.

“ഓ, പിന്നേ... വേറെ പണിയൊന്നൂല്യ എനിക്ക്. ഈ കാര്യം അധികാരപ്പെട്ടവരുടെ ശ്രദ്ധയിൽപ്പെടുത്തണം. അത്രതന്നെ. എന്താ യാലും നീ അയാൾടെ അടുത്ത് അധികം നിൽക്കണ്ട. ശ്വാസം മുട്ടും. ഇങ്ങു പോരെ.” അയാൾ ചിരിച്ചുകൊണ്ട് പറഞ്ഞു.

അവൾ അതിന് മറുപടിയൊന്നും പറഞ്ഞില്ല.

“കഴിക്കാനെടുത്ത് വയ്ക്കട്ടെ.” അവൾ ചോദിച്ചു.

“ഇപ്പോ വേണ്ട. ഇതൊന്ന് എഴുതിത്തീർക്കട്ടെ.” അയാൾ കൈ കൂപ്പി തുടർന്നു. അതുവരെ എന്റെ കുട്ടി എന്നെ ഒന്ന് വെറുതെ വിടണം പ്ലീസ്.”

അവൾ മുഖം വീർപ്പിച്ച് പിണക്കം നടിച്ചെന്നപോലെ പുറത്തേക്ക് നടന്നു. മുറ്റത്ത് വെയിൽ പരന്നിരുന്നു. ഉണക്കാനിട്ടിരുന്ന അരി ഒരു കാക്ക തന്റെ കൊക്കിൽ കോരിയെടുത്ത് തൊട്ടപ്പുറത്ത് തൊള്ള കീറി കരയുന്ന തന്റെ കുഞ്ഞിന്റെ ചുവന്ന വായിലേക്ക് നിറച്ചു കൊടുത്തു.

“പോ... കാക്കേ...”

അവൾ കൈവീശി. എന്നിട്ട് ഒരുപിടി അരി കാക്ക കാൺകെ പുറത്തേക്ക് എറിഞ്ഞുകൊടുത്തു. അരിയുടെ മുകളിലായി വല വിരിച്ചിട്ടു. തിരിച്ച് വീടിന്റെ ഉമ്മറത്തേക്ക് കയറി. അരമതിലിന്റെ അപ്പുറത്തേക്ക് നോക്കി. ‘ഇന്നെന്തുപറ്റി ജാനേച്ചി വീട്ടിലുണ്ടല്ലോ?’

“ജാനേച്ചീ.” അവൾ ഉറക്കെ വിളിച്ചു.

“ന്താ ശാരൂ?” ജാനകി പുറത്തുവന്നു.

“എന്തുപറ്റി, ഇന്ന് ഇരപിടിക്കാൻ പോയില്ലേ?”

“ഇല്ല. ഇന്ന് നല്ല സുഖമില്ല. ഗോപിയേട്ടൻ രാവിലെ നേരത്തേ പോയി.”

ഗോപിനാഥൻനായരും ഭാര്യ ജാനകിയും എൽ.ഐ.സി. ഏജന്റുമാരാണ്. അവർക്ക് കുട്ടികളില്ല.

“അനുമോളെ എന്നാ കൂട്ടീട്ട് വരാ? അവളെ കാണാഞ്ഞിട്ട് ഒരു സുഖൂല്യ.” ജാനകി പറഞ്ഞു.

ശാരുവിന്റെയും രവിയുടെയും ഏകമകളാണ് അനു. സ്കൂളില്ലാത്ത തക്കംനോക്കി മുത്തച്ഛനെയും മുത്തശ്ശിയെയും കാണാൻ പോയതാണ് അവരുടെ പതിനഞ്ചുവയസ്സുകാരി.

“ചെലപ്പം ഇന്ന് കൊണ്ടുവരും. അവൾക്കവിടുന്ന് സ്കൂളീ പോവാം. അതാ അവൾക്കിഷ്ടം. വിളിച്ചാലും വരില്ല പെണ്ണ്.”

“ആ... ശാരൂ... നീ ടീവീല് കണ്ടോ ഒരൂട്ടം?”

“എന്താ ചേച്ചീ?”

“പെൺവാണിഭം. ലോഡ്ജീന്ന് കയ്യോടെ പിടിച്ചു. ന്യൂസില് കണ്ടോണ്ടിരിക്യാർന്നു ഞാൻ. ടിവി വച്ചുനോക്ക്.”

“അയ്യോ, രവി എഴുതിക്കൊണ്ടിരിക്യാ. ശബ്ദം കേട്ടാ ചീത്ത പറയും.” അവൾ പറഞ്ഞു.

“ന്നാ ഇങ്ങ് പോരെ.” അവർ കൈമാടി വിളിച്ചു.

ഒട്ടും താൽപര്യമില്ലെങ്കിലും അവൾ ചെറിയ ഗേറ്റ് തുറന്ന് അപ്പുറത്തേക്ക് ചെന്നു. ഉമ്മറത്തുള്ള ചെറിയ ജനലിലൂടെ ടി.വി. കാണാം.

ടി.വി. സ്ക്രീനിൽ: ഷാൾകൊണ്ട് മുഖം മറയ്ക്കാൻ കഷ്ടപ്പെടുന്ന പെൺകുട്ടി. ആ ഷാളൊന്ന് മാറിയാൽ മുഖം പകർത്താൻ കുറേ ക്യാമറകൾ.

“ചേച്ചി അതും നോക്കിയിരുന്നോ. ഇവിടെ ഒരാള് ചേച്ചിയുടെ കോഴിക്കുഞ്ഞുങ്ങളെ റാഞ്ചാൻ തക്കംപാർത്തിരിക്കുന്നുണ്ട്.”

മരച്ചില്ലകൾക്കിടയിലൂടെ കോഴിക്കുഞ്ഞുങ്ങളെ നോക്കിയിരിക്കുന്ന പരുന്തിനെ നോക്കിക്കൊണ്ട് അവൾ പറഞ്ഞു.

“അയ്യോ... കഴിഞ്ഞാഴ്ച വാങ്ങീതേള്ളൂ.”

ജാനകി ഓടിവന്ന് കോഴിക്കുഞ്ഞുങ്ങളെ കൂട്ടിലാക്കി. അവൾ തിരിച്ച് വീട്ടിൽ കയറി.

“നീ എവിടെയായിരുന്നു ശാരൂ? എനിക്ക് കഴിക്കാനെന്തെങ്കിലും എടുത്തുവയ്ക്ക്.” രവി മൊബൈലിൽ ദൃഷ്ടിയുറപ്പിച്ചുകൊണ്ട് ഉമ്മറത്തെ കസേരയിൽ വന്നിരുന്നു.

“എന്താ രവീ നോക്കണത്?” അവളും കൂടെയിരുന്നു.

സിംഹത്തിന്റെ മുന്നിൽ അകപ്പെട്ട ഒരു മനുഷ്യൻ ദയനീയമായി കൈകൂപ്പുന്നു.

“എന്താ രവീ എന്തിനാ നീയിതും നോക്കിക്കൊണ്ടിരിക്കുന്നേ? ഞാൻ ഭക്ഷണമെടുത്തു വയ്ക്കാം.” അയാളുടെ മറുപടിക്ക് കാക്കാതെ അവൾ അടുക്കളയിലേക്ക് പോയി.

“നമുക്ക് പോയി അനുമോളെ കൂട്ടീട്ട് വന്നാലോ? അച്ഛനേം അമ്മേം ഒന്ന് കാണുകേം ചെയ്യാം. അവൾ ട്യൂഷൻ കഴിഞ്ഞ് ആറരയ്ക്കെത്തും. അപ്പഴേക്കും പോവാം. കൂട്ടീട്ട് പോരേം ചെയ്യാം.” പ്ലേറ്റിലേക്ക് ഭക്ഷണം വിളമ്പുന്നതിനിടയിൽ അവൾ പറഞ്ഞു.

“അതിനെന്താ പോവ്വാലോ. മധുവിനോട് കാറുംകൊണ്ട് വരാൻ പറയാം.” അയാൾ ഭക്ഷണം കഴിക്കുന്നതിനിടയിൽ പറഞ്ഞു.

വൈകിട്ട് അവർ വസ്ത്രംമാറി ഇറങ്ങിയപ്പോഴേക്കും ഡ്രൈവർ കാറുമായെത്തി. ഡ്രൈവിംഗ് സീറ്റിൽനിന്നും മധു പുറത്തിറങ്ങി. കഷ്ടി 25 വയസ്സുണ്ടാവും. അവനാണ് അമ്മയും പെങ്ങളും അടങ്ങിയ കുടുംബത്തിന്റെ ഏകആശ്രയം.

“മധൂ, ഇതൊക്കെ എടുത്ത് കാറിലേക്ക് വയ്ക്ക്.” രവി പറഞ്ഞു. അമ്മയ്ക്കും അച്ഛനും കൊടുക്കാനുള്ള സാധനങ്ങൾ അവൻ എടുത്ത് കാറിൽവെച്ചു. അവൾ കാറിന്റെ പിൻസീറ്റിലും രവി മുന്നിലും കയറിയിരുന്നു. നേരം ഇരുട്ടിത്തുടങ്ങിയിരിക്കുന്നു. കാർ ഇടറോഡിലൂടെ കുറേദൂരം പിന്നിട്ട് മെയിൻറോഡിലേക്ക് കയറി. കുറേദൂരം പിന്നിട്ടപ്പോൾ ദൂരെ റോഡിന്റെ അരികിൽ ഒരാൾക്കൂട്ടം.

“ആക്സിഡന്റാണെന്ന് തോന്നുന്നു.” മധു ഊഹം പറഞ്ഞു.

“നീ വണ്ടി സൈഡാക്ക്.” രവി പറഞ്ഞു.

“ഒന്ന് പോയ് അന്വേഷിക്കൂ മധൂ.” ശാരു പറഞ്ഞു.

“ശരി ചേച്ചി.”

അവൻ കാറിൽ നിന്നിറങ്ങി. ആൾക്കൂട്ടത്തിനുള്ളിലേക്ക് ഊളിയിട്ടു. അതേ വേഗത്തിൽ തിരിച്ചും വന്നു.

“ബലാത്സംഗം ചെയത് റോഡിൽ തള്ളിയതാ. ചോരയിൽ കുളിച്ച് കിടക്കുന്നു. മുഖം വ്യക്തമല്ല, പക്ഷേ, ജീവനുണ്ട്.”

“മൈ ഗോഡ്!” ശാരു കാറിന്റെ ചില്ലു താഴ്ത്തി തല പുറത്തേക്കിട്ടു നോക്കി. ആളുകൾ മൊബൈലിൽ ചിത്രങ്ങൾ പകർത്തുന്നു.

“നമുക്കെന്തെങ്കിലും ചെയ്യാം രവീ.”

“ചെയ്യാം. പക്ഷേ, ഞാൻ മാത്രം. ന്റെ പൊന്നുമോളിവിടെ ഇരിക്ക്. ചേട്ടൻ പോയി പടം പിടിച്ച് ഡപ്പേന്നിങ്ങ് വരാം. അതേ നമുക്ക് ചെയ്യാനുള്ളൂ. എന്റെ ഇര മൊടക്കല്ലേടീ.”

അയാൾ കൈനീട്ടി: “ക്യാമറ.”

“ഇല്ല രവീ.... ഞാൻ സമ്മതിക്കില്ല. ഭക്ഷണം കിട്ടാതെ, പൊലിയാൻ കാത്തുകിടക്കുന്ന ഒരു കുഞ്ഞുജീവനെ ഭക്ഷണമാക്കാൻ കാത്തുനിൽക്കുന്ന കഴുകനെ, ക്യാമറയ്ക്ക് ഭക്ഷണമാക്കാൻ കാത്തുനിൽക്കുന്ന കഴുകൻകണ്ണുകളുള്ള ഫോട്ടാഗ്രാഫറല്ല ഞാൻ. നൂൽബന്ധമില്ലാതെ വെറുംതറയിൽ കിടക്കുന്ന ജീവനെ കാണിച്ച് സർക്കാരാശുപത്രിയുടെ ശോചനീയാവസ്ഥയും ജീവനക്കാരുടെ അനാസ്ഥയും കാണിക്കാൻ ഞാൻ ലേഖകനുമല്ല. എന്നെ തടയരുത് രവീ. ഞാൻ കൊണ്ടുവരും. ഈ കാറിൽത്തന്നെ കൊണ്ടുപോവുകയും ചെയ്യും. വരൂ മധൂ.”

സ്തബ്ധനായി നോക്കിനിൽക്കുന്ന രവിക്കു മുന്നിലൂടെ ആൾക്കൂട്ടത്തെ വകഞ്ഞുമാറ്റിക്കൊണ്ട് ഇരയെ അന്വേഷിച്ച് അവൾ മുന്നോട്ടു നടന്നു. അപ്പോൾ ആളുകളുടെ കൈയിലെ മൊബൈൽ സ്ക്രീനിൽ വേദനകൊണ്ട് പുളയുന്ന ഇരയുടെ വ്യക്തമല്ലാത്ത മുഖം അവൾ കണ്ടു.

അത് ഈ കൂടിയിരിക്കുന്ന ആരുടെയെങ്കിലും മകളോ പെങ്ങളോ ഭാര്യയോ...? അതോ, മധുവിന്റെ സഹോദരിയോ...? അതോ... അതോ... തന്റെ മകളോ?

■

# മത്സ്യകന്യക

ആഴക്കടലിന്റെ മദ്ധ്യഭാഗത്ത് കടൽരാജാവിന്റെ ഒരു കൊട്ടാരമുണ്ടായിരുന്നു. അദ്ദേഹം തന്റെ ആറ് പെൺമക്കളോടും അമ്മയോടുമൊപ്പം ജീവിച്ചുപോന്നു. എല്ലാ പെൺമക്കളെയും രാജാവ് ഒരുപോലെ സ്നേഹിച്ചെങ്കിലും ലിറ്റിൽ മെർമെയ്ഡായ ഈവയോടുമാത്രം പ്രത്യേകമായ സ്നേഹമുണ്ടായിരുന്നു.

അദ്ദേഹത്തിന്റെ അഞ്ചാമത്തെ മകളുടെ പിറന്നാളാഘോഷമായിരുന്നു അന്ന്. എല്ലാവരും അവൾക്ക് പിറന്നാളാശംസകൾ നേർന്നു.

“ഇന്നെന്റെ അഞ്ചാമത്തെ മകളുടെ പതിനെട്ടാമത്തെ പിറന്നാളാണ്. അവൾക്ക് പതിനെട്ട് വയസ്സായതിൽ എനിക്ക് സന്തോഷമുണ്ട്. അവളെ ഞാൻ വിദേശത്തേക്ക് അയയ്ക്കുകയാണ്. അവിടെ ചുറ്റിക്കണ്ട് അവൾ ആസ്വദിക്കട്ടെ. അവളെ അനുഗ്രഹിക്കൂ.” രാജാവ് പറഞ്ഞു.

“വളരെ നന്ദി അച്ഛാ.”

“ഞാനും മെറീനക്കൊപ്പം പൊയ്ക്കോട്ടെ?” അത് കേട്ടുനിന്ന ഈവ ചോദിച്ചു. “ഞാനിതുവരെ മനുഷ്യരെ കണ്ടിട്ടേയില്ല അച്ഛാ.”

“ഓ... ഈവ നിനക്ക് പതിനെട്ട് വയസ്സ് തികയുമ്പോൾ നിന്നെ പുറംലോകത്തേക്കയയ്ക്കാം.”

“ശരി അച്ഛാ...” കുറച്ചൊരു വിഷമത്തോടെയാണെങ്കിലും ഈവ സമ്മതിച്ചു.

രാത്രി ഈവ മനുഷ്യരെപ്പറ്റി ചിന്തിച്ചുകിടക്കുമ്പോഴാണ് മുത്തശ്ശി വന്നത്.

“എന്താ ഈവമോളേ ആലോചിക്കുന്നത്?”

“മുത്തശ്ശീ... മനുഷ്യരും നമ്മളെപ്പോലെയാണോ ഉണ്ടാവുക?”

“അല്ല മോളേ. അവർക്ക് കാലുകളുണ്ടാവും. പക്ഷേ, നമുക്കില്ല.”

“അവരൊരുപാടുകാലം ജീവിക്കോ?”

“ഇല്ല മോളേ. അവരുടെ ആയുഷ്കാലം നൂറുവർഷത്തേക്കാണ് ചിലരതിലും കുറച്ചേ ജീവിക്കൂ. ശരി മോളെ പോയി കിടന്നുറങ്ങ്.”

മനുഷ്യരെ കാണണമെന്നുള്ള ആഗ്രഹത്താൽ ഈവ ഓരോ ദിവസവും എണ്ണിക്കൊണ്ടിരുന്നു. ദിവസങ്ങൾ ചെല്ലുംതോറും ഈവ യുടെ ആഗ്രഹം കൂടിക്കൂടിവന്നു.

അവളുടെ പതിനെട്ടാമത്തെ പിറന്നാളിന്റെ തലേദിവസം രാത്രി അവൾക്കുറങ്ങാൻ കഴിഞ്ഞില്ല. പിറ്റേന്ന് രാജകൊട്ടാരത്തിലേക്ക് ചെന്നയുടനെ എല്ലാവരും അവൾക്ക് പിറന്നാളാശംസകൾ നേർന്നു.

“എല്ലാവർക്കും നന്ദി. എന്റെ ഇളയപുത്രിയായ ഈവയ്ക്ക് പതി നെട്ട് വയസ്സായതിൽ എനിക്ക് അതിയായ സന്തോഷമുണ്ട്.”

“എനിക്ക് തന്ന വാക്കോർമ്മയുണ്ടോ അച്ഛാ? ഇത്തവണയെ ങ്കിലും അച്ഛനത് പാലിക്കുമോ?”

“ശരി. സമ്മതിച്ചിരിക്കുന്നു. സൂക്ഷിച്ച് പോണം.”

“അങ്ങ് വിഷമിക്കേണ്ട രാജാവേ. രാജകുമാരിയെ ഞാൻ നോക്കി ക്കോളാം.” ഇതു കേട്ടുനിന്ന ചെമ്മീൻ പറഞ്ഞു.

അങ്ങനെ ഈവയും ചെമ്മീനുംകൂടി പുറംലോകം കാണാൻ പുറപ്പെട്ടു. വേഗംതന്നെ അവർ രണ്ടുപേരും ലിറ്റിൽ മെർമെയ്ഡ് കടലിന്റെ മുകൾഭാഗത്തെത്തി.

നീലാകാശം! ജ്വലിക്കുന്ന സൂര്യൻ! അവൾക്ക് എല്ലാം അത്ഭുത മായിരുന്നു.

“ഹായ് ഭംഗിയുണ്ടല്ലോ! ഞാൻ സ്വപ്നം കണ്ടതിനേക്കാൾ ഭംഗി യുണ്ട്.” ഈവ അത്ഭുതത്തിൽ ചുറ്റിക്കണ്ടു.

“ഹേയ്, എന്താണവിടെ?”

“അതാണ് മനുഷ്യൻ!” ചെമ്മീൻ പറഞ്ഞു.

“അത് കണ്ടോ? മനുഷ്യൻ എന്റെ പാവയേക്കാളും സുന്ദരനാണ്.”

“അത് ഒരു രാജകുമാരനാണ്. രാജകുമാരന്റെ പിറന്നാളാ ഘോഷമാണ് അവിടെ...”

* * *

“**ന്ന്**ട്ടോ?”

കണ്ണൻ അമ്മയുടെ മാറിലേക്ക് ചേർന്നുകിടന്ന് ചോദിച്ചു.

“എന്നിട്ടോ... എന്നിട്ട്...”

“ന്റെ ഭവാനീ നീയാ കുട്ടീനെ ഒറക്ക്. നാളെ അതിന്റെ പിറ ന്നാളല്ലേ? രാവിലെണീറ്റ് അമ്പലത്തീ പോവേണ്ടതല്ലേ?” മുത്തശ്ശി വിളിച്ചു പറഞ്ഞു.

“ദേ, മുത്തശ്ശി ചീത്തപറയിണു. നമുക്കൊറങ്ങാം.”

“ബാക്കീംകൂടി പറയമ്മേ...” കണ്ണൻ ചിണുങ്ങി.

“ബാക്കി കഥ നാളെ. നാളെ നമുക്ക് പുതിയ കുപ്പായമൊക്കെ ഇട്ട്, അമ്പലത്തീ പോവണ്ടേ? ഉച്ചയ്ക്ക് സദ്യ ഉണ്ണണം.”

“അച്ഛൻ വരോ നാളെ?”

“അച്ഛനോ?”

“ഉം. ശൂര്യഭഗവാൻ.” ഭവാനി ഉറക്കെ ചിരിച്ചു.

“സൂര്യഭഗവാൻ എന്നും വരണ്ണ്ടല്ലോ കണ്ണനെ കാണാൻ. നാളീം വരും. നമുക്കൊറങ്ങാം.”

ഈവയെപ്പറ്റി ആലോചിച്ചപ്പോൾ കണ്ണന് ഉറങ്ങാനേ പറ്റിയില്ല.

ഭവാനി അടുക്കളയിലേക്ക് ചെന്നു. അമ്മ അവിയൽ ഇളക്കുകയായിരുന്നു. അപ്പുറത്തെ അടുപ്പിൽ പുളിയിഞ്ചി തിളയ്ക്കുന്നുണ്ടായിരുന്നു.

“അവൻ ചോദിക്യാ, നാളെ അവന്റച്ഛൻ വരോന്ന്.” ഭവാനി ചട്ടുകമെടുത്ത് പുളിയിഞ്ചി ഇളക്കി.

“നീയിങ്ങനെ ഇല്ലാക്കഥകളൊക്കെ പറഞ്ഞ് അതിനെ വിശ്വസിപ്പിച്ചോ.”

“പിന്നെ ഞാനെന്ത് പറയണം, അവൻ ടെസ്റ്റ്ട്യൂബ് ശിശുവാണെന്നോ? അത് മനസ്സിലാക്കാനുള്ള പ്രായം അവനായില്ലല്ലോ അമ്മേ? ന്റെ കണ്ണൻ വളർന്ന് വലുതാകുമ്പം ഞാനെല്ലാം പറയും. അവനല്ലാതെ എനിക്കാരാ ഉള്ളതമ്മേ?”

“മാമ്പൂ കണ്ടും മക്കളെ കണ്ടും കൊതിക്കരുതെന്ന് പറയും പഴമക്കാര്. നിനക്ക് വയസ്സ് അറുപത്തിരണ്ടാ ഭവാനീ ഓർമ്മ വേണം.”

പിറ്റേന്ന് കണ്ണനെ കുളിപ്പിച്ച് പുതിയ ഡ്രസ്സ് ഇടുവിച്ചു.

“ഞങ്ങള് പോയിട്ട് വരാം അമ്മേ.” ഭവാനി അമ്മയോട് യാത്ര പറഞ്ഞു.

“മുത്തശ്ശീ, റ്റാറ്റാ.” കണ്ണൻ മുത്തശ്ശിയെ നോക്കി കൈവീശി.

അവർ അമ്പലത്തിൽ തൊഴുതിറങ്ങുമ്പോഴാണ് എതിരെ ലക്ഷ്മി വരുന്നത് കണ്ടത്. ഭവാനിയുടെ കൂട്ടുകാരിയാണ്. ഒരേ പ്രായം.

“ഭവാനീ... എത്ര കാലായി കണ്ടിട്ട്. നീയാളാകെ മാറി. ഇപ്പെന്താ ചെയ്യണത്?”

“വീട്ടില് ട്യൂഷനെടുക്കും.”

“ഈ കുട്ടി?” ലക്ഷ്മി സംശയം പ്രകടിപ്പിച്ചു.

"എന്റെ മകൻ കണ്ണൻ. അവന്റെ പിറന്നാളാ ഇന്ന്."

"ആഹാ. എന്നിട്ട് എനിക്ക് മിഠായിയില്ലേ കണ്ണാ?"

അവൻ പതുക്കെ അമ്മയുടെ പിന്നിലേക്ക് മാറിനിന്നു. സാരി ത്തലപ്പുകൊണ്ട് മുഖം മറച്ചു.

"അമ്മേ, ഞാനിപ്പം വരാം." അവൻ രണ്ടടി മുന്നിലേക്കോടി തിരിഞ്ഞുനിന്ന് പറഞ്ഞു.

"സൂക്ഷിക്കണേ കണ്ണാ." ഭവാനി വിളിച്ചുപറഞ്ഞു.

"ന്നാലും ഈ വയസ്സില് നിനക്കല്ലാതെ മറ്റാർക്കാ ഭവാനീ ഇത്ര ധൈര്യം വരാ?"

"കുറേ കഷ്ടപ്പെട്ടു, ഇവനെ കിട്ടാൻ. ന്നാലും ഇവന്റെ മുഖം കാണുമ്പം ഞാനതൊക്കെ മറക്കും."

കണ്ണൻ പുഴയിലേക്കുള്ള സ്റ്റെപ്പുകൾ ഇറങ്ങാൻ തുടങ്ങി.

"ഒന്ന്... രണ്ട്... മൂന്ന്..."

എന്നിട്ട് തിരിഞ്ഞുനോക്കി. അമ്മ സംസാരത്തിലാണ്. അവൻ വീണ്ടും സ്റ്റെപ്പുകൾ ഇറങ്ങി. ഏറ്റവും താഴത്തെ നിലയിലെത്തി. എന്നിട്ട് വീണ്ടും തിരിഞ്ഞുനോക്കി. അമ്മയെ ഇപ്പോൾ തീരെ കാണാനില്ല. അവൻ പതുക്കെ വെള്ളത്തിലേക്കിറങ്ങി. എന്നിട്ട് അതി ലേക്ക് സൂക്ഷിച്ചുനോക്കി.

"ഈവയെ കാണുന്നുണ്ടോ? ഈവാ...." കണ്ണൻ വിളിച്ചു. മറു പടിയില്ല. അവൻ വീണ്ടും മുന്നോട്ടു നടക്കാൻ തുടങ്ങി. വെള്ളം കുട്ടിയുടെ നെഞ്ചിനൊപ്പം എത്തി.

"ഈവാ... ഞാനാ രാജകുമാരൻ. ഇന്ന് നിന്റെയും എന്റെയും പിറന്നാളാണ്. നീയെവിടെ?"

അവൻ മുന്നോട്ട് കാൽവെച്ചു. പെട്ടെന്ന് കുട്ടിയുടെ കാലൊന്ന് തെന്നി. അവൻ വെള്ളത്തിലേക്ക് വീണു.

മത്സ്യകന്യക കുട്ടിയുടെ കാലിലേക്ക് സൂക്ഷിച്ചുനോക്കി.

"രാജകുമാരാ, നീയെന്റെ പാവയെക്കാളും സുന്ദരനാണ്. എനിക്ക് നിന്നെ ഒരുപാട് ഇഷ്ടമായി. ഞാൻ നിന്നെ എന്റെ കൊട്ടാരത്തി ലേക്ക് കൊണ്ടുപോവുകയാണ്."

അത് കുട്ടിയുടെ കാലിൽ പിടിച്ച് താഴേക്ക് വലിച്ചു.

"അയ്യോ... എന്നെ കണ്ടില്ലെങ്കി അമ്മ പേടിക്കും" എന്ന് പറ യാൻ കണ്ണൻ വായ തുറന്നു.

"ഗ്ള്... ഗ്ള്..."

“വാ... നമുക്ക് വേഗം പോവാം.” മത്സ്യകന്യക കുട്ടിയുടെ കാലിൽ പിടിച്ച് താഴേക്ക് താഴേക്ക് വലിച്ചു.

അവൻ കുതറി കാലിലെ പിടി വിടുവിച്ച് മുകൾപ്പരപ്പിലേക്ക് ഉയർന്നുവന്നു.

ദൂരെ കൈകൾ നീട്ടി അമ്മ ഓടിവരുന്നത് കണ്ണൻ കണ്ടു. അവൻ കൈകൾ അമ്മേയ്ക്കുനേരെ നീട്ടി. മത്സ്യകന്യക കുട്ടിയുടെ കാലിൽ വീണ്ടും പിടിച്ച് താഴേക്ക് വലിച്ചു. കണ്ണന് ഈവയോട് കടുത്ത ദേഷ്യം തോന്നി.

“വിട്... ന്നെ വിട്...” പറയാൻ കുട്ടി വായ തുറന്നു.

“ഗ്ള്.... ഗ്ള്...”

അവൻ വീണ്ടും ഈവയുടെ പിടി വിടുവിച്ച് മുകൾപ്പരപ്പിലേക്ക് ഉയർന്നുവന്നു.

ദൂരെ അമ്മയെ ആരൊക്കെയോ ചേർന്ന് പിടിച്ചുവെയ്ക്കുന്നു.

“അമ്മേ...” കണ്ണൻ വായ തുറന്നു. “ഗ്ള്... ഗ്ള്...”

തനിക്ക് ഈവയുടെ കൊട്ടാരത്തിലേക്ക് പോവേണ്ടെന്നും അമ്മ യെയും മുത്തശ്ശിയെയും കണ്ടാൽമാത്രം മതിയെന്നും കുട്ടി ആത്മാർ ത്ഥമായി ആഗ്രഹിച്ചു. അവൻ വീണ്ടും കുതറിമാറാൻ ശ്രമിച്ചു. പക്ഷേ ഈവ അവനെയുംകൊണ്ട് താഴേക്കു പൊയ്ക്കൊണ്ടിരുന്നു. അവന്റെ കുഞ്ഞുശരീരം പ്രതികരിക്കാനാവാതെ തളരാൻ തുടങ്ങി.

“മുത്തശ്ശീ....”

“എവടേ? എവടേന്റെ കണ്ണൻ? കാണാല്ല്യാല്ലോ?”

“ഞാനൊളിച്ചു മുത്തശ്ശീ.”

“അമ്പടാ കള്ളക്കണ്ണാ....”

“അമ്മേ....”

“ഉം. എന്തേ?”

“നിച്ചൊറങ്ങണം.”

“ന്നാ, കണ്ണൻ വായോ...”

കണ്ണൻ അമ്മയുടെ മടിയിലേക്ക് ചാടി കയറിയിരുന്നു. അവ രുടെ ചുമലിലേക്ക് ചാഞ്ഞുകിടന്നു.

“ഇനിച്ച് കണ്ണന്റെ പാട്ട് പാടിത്തരോ മ്മേ?”

“പാടിത്തരാല്ലോ... ന്റെ കണ്ണന്.”

അമ്മ കണ്ണന്റെ കവിളിൽ ചുംബിച്ചു. എന്നിട്ട് കണ്ണന് ഏറ്റവും ഇഷ്ടപ്പെട്ട പാട്ട് പാടാൻ തുടങ്ങി.

“അത്താഴപൂജ കഴിഞ്ഞുവല്ലോ കണ്ണാ...
കൃഷ്ണനാട്ടും കളി തീർന്നുവല്ലോ...
കളിവിളക്കണെഞ്ഞു, ദീപങ്ങൾ മിഴിപൂട്ടി...
ഓമനക്കണ്ണാ ഉറങ്ങേണ്ടേ...
പൂമേനി വാടിത്തളർന്നുവല്ലോ കണ്ണാ
പൂന്തേൻ മിഴിയതാ കൂമ്പിടുന്നു
താമരക്കണ്ണാ നിനക്കുറങ്ങീടുവാൻ
താരാട്ടുപാടാം ഞാൻ ശ്യാമവർണ്ണാ..
ചായുറങ്ങ്, കണ്ണാ വാവുറങ്ങ്..
താലോലം താലോലം ചായുറങ്ങ്
താലോലം താലോലം ചായുറങ്ങ്.
കണ്ണാ... ഉറങ്ങിയോ നീയ്.... കണ്ണാ..... കണ്ണാ...”

കുട്ടി ആ വിളി വ്യക്തമായി കേട്ടു. ഉറങ്ങി എന്നു പറയാൻ വായ തുറന്നു.

“ഗ്ള്... ഗ്ള്... ഗ്ള്...”

“പിറന്നാളാശംസകൾ രാജകുമാരാ... പിറന്നാളാശംസകൾ.”

കുട്ടി കണ്ണു തുറന്നു. അവൻ അത്ഭുതപ്പെട്ടു. ഈവയുടെ രാജകൊട്ടാരം! രാജാവ്, ഈവയുടെ സഹോദരിമാർ, മുത്തശ്ശി....!!

“ഞങ്ങളുടെ കൊട്ടാരത്തിലേക്ക് സ്വാഗതം രാജകുമാരാ.” രാജാവ് പറഞ്ഞു.

“രാജകുമാരാ, നമുക്ക് കളിക്കാം?” ഈവ ചോദിച്ചു.

അവൻ അമ്മയെയും മുത്തശ്ശിയെയും പാടെ മറന്നുകൊണ്ട് അവരുടെ കൂടെ കളിക്കാനാരംഭിച്ചു.

■

# ഓന്ത്

**ച**ട്ടിയിലെ ചെയ്ഞ്ച് റോസിന് വെള്ളമൊഴിക്കുകയായിരുന്നു അവൾ. ഗേറ്റിനു പുറത്ത് സായാഹനസവാരിക്കിറങ്ങിയവർ മുറ്റത്ത് വീൽച്ചെയറിലിരിക്കുന്ന അവളുടെ കുഞ്ഞിനെ നോക്കി കൈവീശി, തിരിച്ചുകാണിക്കില്ലെന്ന് അറിഞ്ഞുകൊണ്ടുതന്നെ.

അപ്പോൾ കുട്ടി, വളപ്പിലെ മുളങ്കൂട്ടത്തിലെ പച്ചനിറമായി മാറുന്ന ഓന്തിനെ നോക്കുകയായിരുന്നു. നിറം മാറിയ ഓന്ത് കുറച്ചു കഴിഞ്ഞ് മുറ്റത്തുകൂടി വീടിനകത്തേക്ക് കയറി. പക്ഷേ, കുട്ടിയുടെ അമ്മ അത് കണ്ടില്ല. ഓസ് താഴെ വെച്ച് അകത്തേക്ക് പോയി. ഒഴിഞ്ഞു കിടക്കുന്ന ഹാളിൽ ടി.വി. പ്രവർത്തിച്ചുകൊണ്ടിരിക്കുന്നു.

“ഗവൺമെന്റ് ഗസ്റ്റ്ഹൗസിൽ കുടീം സകല വൃത്തികേടുകളുമുണ്ടായിരുന്നു. പൊമ്പിളൈ ഒരുമൈ നടന്നു. അന്നും ഉണ്ടായിരുന്നു, കുടീം സകല വൃത്തികേടുകളും. മനസ്സിലായില്ലേ, അടുത്തുള്ള കാടുകളിലായിരുന്നു പണി.” ടി.വിയിൽ ജനപ്രിയ നേതാവിന്റെ പ്രസംഗം. അവൾ ടി.വി. ഓഫ് ചെയ്തു.

“അമ്മേ, ഞാൻ കുട്ടീനീംകൊണ്ട് പുറത്തേക്ക് പോവാ.”

അകത്തുനിന്നും ശീൽക്കാരങ്ങളും പിറുപിറുക്കലുകളും കേട്ടു. അവൾ പൂമുഖത്തെ വാതിൽ പുറത്തുനിന്ന് വലിച്ചടച്ചു. മുറ്റത്തുള്ള വീൽച്ചെയറിന്റെ ഹാൻഡിലിൽ പിടിച്ച് ഗേറ്റ് തുറന്ന് പുറത്തേക്കിറങ്ങി. എതിരെ സുമിത്ര നടന്നുവരുന്നുണ്ടായിരുന്നു. അവർക്ക് കുറേ കാലമായി ഷുഗറായിരുന്നു.

“ഇന്നെന്തുപറ്റി, മോളെക്കൊണ്ട് പുറത്തേക്കിറങ്ങിയല്ലോ?” അവർ അവളുടെ കവിളിൽ തലോടി.

“നന്നായി സരിതേ. അതിനും വെളിച്ചം കാണണ്ടേ? ന്നാലും നിന്റോരവസ്ഥ! നീയായതുകൊണ്ടാ ഇതെല്ലാം സഹിക്കണത്. ആകെയുള്ളൊരു കുഞ്ഞ്. അതിന് ഈ അവസ്ഥ വന്നല്ലോ!”

അവർ പരിതപിച്ചു.

“എന്ത് ചെയ്യാനാ... ഈശ്വരൻ എനിക്ക് തന്നതല്ലേ, സ്വീകരിച്ചല്ലേ പറ്റൂ.”

“എന്തായാലും ഇതിനെ പൊറത്തേക്കിറക്കാൻ തോന്നിയില്ലേ. അത് നന്നായി. അതിനൂണ്ടാവില്ലേ ഒരു മനസ്സ്, മിണ്ടാൻ പറ്റില്ലെങ്കിലും. പാവം. ശരി. ഞാൻ നിക്കണില്ല്യ. ഷുഗറ് കൂടുതലാ. നടത്തം തൊടങ്ങ്യാ നിർത്താൻ പാടില്യാന്നാ ഡോക്ടർ പറഞ്ഞത്.” അവർ നടന്നു.

അവൾ വീൽച്ചെയറിൽ പിടിച്ച് മുന്നോട്ടു നടന്നു. ഭാമേച്ചിയുടെ വീടിന് മുന്നിലെത്തിയപ്പോൾ വീൽച്ചെയർ നിർത്തി.

“അല്ല, ഇതാരാ? ഇന്ന് മോള് പൊറത്തെറങ്ങ്യല്ലോ?” വിറക് വെട്ടുന്നത് നിർത്തി അവർ ഗേറ്റിലേക്ക് വന്നു. സാരിയിൽ കൈ തുടച്ച് കുട്ടിയുടെ മുഖത്ത് തലോടി.

“ന്റെ ദേവൂന്റൊപ്പല്ലേ ഇവള്. അവളിപ്പം അഞ്ചാം ക്ലാസ്സിലായി. ഇവളെ കണ്ടാ തോന്നോ അവൾടെ പ്രായാന്ന്.”

“ശര്യാ ചേച്ചീ. ദേവൂനെ കാണുമ്പം ഇനിക്ക് സങ്കടാവും. ന്റെ കുട്ടീം ദേപോലെ സ്കൂളീ പോവണ്ടതല്ലേ?” അവൾ കണ്ണിൽ വെള്ളം നിറച്ചു.

“എത്ര ചികിത്സ ചെയ്തതാ. ഒരു കാരൂല്ല്യ. അദ്ദേഹത്തിനും വല്ല്യ വിഷമം. പാവം ചെറിയ വരുമാനത്തിന് വേണ്ടേ ഇതിനൊക്കെ മാറ്റിവയ്ക്കാൻ. അമ്മയ്ക്കുള്ള മരുന്നുകൾ വേറീം വാങ്ങണം.”

“അമ്മയ്ക്കിപ്പം എങ്ങനുണ്ട്?”

“ശരീരം പൊട്ടാൻ തൊടങ്ങീരിക്കിണു. മലോം മൂത്രോം കെടന്നോട്ത്തന്നെ. പുലർച്ചെ അഞ്ചുമണിക്ക് എഴുന്നേറ്റാ പിന്നെ രാത്രി കെടക്ക്ണത്വരെ പണിയോടുപണി. ഇവളുടെ കാര്യം നോക്കാൻ തന്നെ ഒരാള് വേണം. അതിന്റേല് അവരീം നോക്കണം. വീട്ടിലെ പണി വേറീം. എനിക്ക് വയ്യാതായി. ന്നാലോ കുറ്റം ബാക്കി.”

“ആര്? പ്രഭാകരനോ?”

“അതെയതെ.”

“അതൊന്നും സാരമില്ല സരിതേ. എല്ലാ ആണുങ്ങളും ഇങ്ങനന്യാ. നീയതൊന്നും കാര്യാക്കണ്ട. ന്നാലും നീയീവര്യ്യൊക്കെ നോക്കണ്ണ്ടല്ലോ. അയാൾടെ ഭാഗ്യം, നിന്നെപ്പോലെ ഒരു ഭാര്യയെ കിട്ടീത്. നിന്റെ നല്ല മനസ്സ് ദൈവം കാണ്ന്ന്ണ്ട്. നിനക്ക് നല്ലതേ വരൂ. ഇതിന് ഈ രൂപത്തില് ഭൂമീലീക്ക് വരണം. അതിനെ ഏൽപ്പിക്കാൻ ദൈവത്തിന് വിശ്വാസം നിങ്ങള്യാ. അങ്ങനെ ചിന്തിച്ചാ മതി.”

"ഇതിനുണ്ടാവില്ലേ പൊറത്തേക്കെറംങ്ങണംന്ന് മനസ്സില്. എത്ര നേരാച്ച്ട്ടാ അകത്തിരിക്ക്യാ. ഇതന്നെ എത്ര ചോയ്ച്ച്ട്ടാന്നറിയോ പൊറത്തെറങ്ങാൻ സമ്മയ്ച്ചത്. കുട്ടീനെ നാട്ടാരെ കാണിക്കണത് ഇഷ്ടല്ല."

"അത് സാരല്യ. നീ വെഷമിക്കണ്ട."

അവൾ കണ്ണുതുടച്ചുകൊണ്ട് ചെയറും ഉന്തി മുന്നോട്ടുനടന്നു. കാണുന്നവർ കാണുന്നവർ അവളെയും കുഞ്ഞിനെയും നോക്കി പരിതപിച്ചുകൊണ്ടിരുന്നു.

* * *

**അ**യാൾ ചാരിവച്ചിരുന്ന വാതിൽ തുറന്ന് അകത്ത് കയറി.

"സരിതേ..." അയാൾ അകത്തേക്ക് നോക്കിവിളിച്ചു.

"ആരാ? പ്രഭയാണോ?" അകത്തുനിന്നും അമ്മയുടെ ശബ്ദം. "അവൾ കുഞ്ഞിനെയുംകൊണ്ട് പുറത്തേക്ക് പോയി. നീയൊന്നിങ്ങ് വന്നേ."

അയാൾ അമ്മ കിടക്കുന്ന മുറിയിലേക്ക് കയറി. മൂത്രത്തിന്റെ അതിരൂക്ഷഗന്ധം. അടഞ്ഞുകിടക്കുന്ന ജനവാതിലുകൾ അയാൾ തുറന്നിട്ടു.

"കൊറച്ച് വെള്ളം." അമ്മ പറഞ്ഞു.

അയാൾ വെള്ളം നിറച്ച ജഗ്ഗിനായി മുറിയിൽ കണ്ണോടിച്ചു. ഉണ്ടാവില്ലെന്നറിയാമെങ്കിലും അടുക്കളയിൽ പോയി ഗ്ലാസ്സിൽ വെള്ളമെടുത്ത് അമ്മയ്ക്ക് കൊടുത്തു. ബെഡ്ഡിൽ വിരിച്ച പ്ലാസ്റ്റിക് ഷീറ്റിൽ മൂത്രം തളംകെട്ടികിടക്കുന്നു. അയാൾ അമ്മയെ പതുക്കെ ചെരിച്ച് കിടത്തി. ഷീറ്റിലെ മൂത്രം തുടച്ചുമാറ്റി. ഉടുത്തിരുന്ന മുണ്ടും ബ്ലൗസും എല്ലാം നനഞ്ഞു കുതിർന്നിരുന്നു.

"രാവിലെ മുതൽ കിടക്കുന്നതാണോ ഇങ്ങനെ?" അയാൾ ചോദിച്ചു.

അമ്മ ഒന്നും മിണ്ടിയില്ല. അയാൾ ബക്കറ്റിൽ വെള്ളവും ഒരു തുണിയും എടുത്ത് മുണ്ടും ബ്ലൗസ്സും മാറ്റി ശരീരം തുടച്ച് പുതിയത് ധരിപ്പിച്ചു.

"ഉച്ചയ്ക്ക് കഞ്ഞി കഴിച്ചില്ലേ?"

"ഉം." അമ്മ മൂളി.

"വെശക്ക്ണ്ടോ?" അയാൾ ചോദിച്ചു.

അമ്മയുടെ കണ്ണിൽ വെള്ളമൂറി. അയാൾ അടുക്കളയിലേക്ക് പോയി സ്റ്റൗ കത്തിച്ച് ചായ തിളപ്പിച്ചു. ബിസ്ക്കറ്റും ചായയും

കൊണ്ടുവന്ന് അമ്മയെ താങ്ങിപ്പിടിച്ച് ചുമരിൽ ചാരിയിരുത്തി വായിൽ കൊടുത്തു.

“ഇനീം വേണം.” അവസാന ബിസ്ക്കറ്റും കഴിച്ചുകഴിഞ്ഞപ്പോൾ അമ്മ പറഞ്ഞു. അയാൾ ഒന്നും മിണ്ടാതെ അടുക്കളയിലേക്ക് പോയി. ഫ്രിഡ്ജിൽ നിന്ന് മാവെടുത്തു. പച്ചക്കറിട്രേയിൽ നിന്ന് ചീഞ്ഞ പച്ചക്കറികൾ പതിവുപോലെ എടുത്തുമാറ്റി. ദോശക്കല്ല് അടുപ്പത്ത് വച്ച് മാവൊഴിച്ചു

“നിനക്ക് ബുദ്ധിമുട്ടായി അല്ലേ പ്രഭേ?” ദോശ വായിൽ കൊടുക്കുമ്പോൾ അമ്മ ചോദിച്ചു.

അയാൾ മറുപടി പറഞ്ഞില്ല. ഭക്ഷണം കൊടുത്ത് അമ്മയെ തിരിച്ച് കിടത്തി. സിങ്കിൽ കഴുകുവാനുള്ള പാത്രങ്ങളുടെയും അതിലേക്ക് അരിച്ചുവരുന്ന ഉറുമ്പുകളുടെയും ഒരു നീണ്ടനിര. അയാൾ അതെല്ലാം കഴുകി വൃത്തിയാക്കി ഷെൽഫിൽ അടുക്കിവയ്ക്കുമ്പോഴാണ് അവൾ കയറിവന്നത്.

“ഭാമേച്ചിയോട് സംസാരിച്ച് സമയം പോയതറിഞ്ഞില്ല.”

അവൾ വീൽച്ചെയർ ജനലിനോട് ചേർത്തുനിർത്തി. കുട്ടി പുറത്തേക്ക് നോക്കി. രാവിലെ വെളുത്തു തുടുത്തുനിന്നിരുന്ന ചെയ്ഞ്ച് റോസിന് കുറേശ്ശെ പിങ്ക്നിറം വന്നുതുടങ്ങിയിരിക്കുന്നു.

“നേരം ഇരുട്ടിയത് നീ കണ്ടില്ലേ?” അയാൾ ചോദിച്ചു.

“ഓ, അപ്പോ അതാണല്ലേ പ്രശ്നം. ഞാൻ പൊറത്ത് പോയത് ഇഷ്ടായില്ലെങ്കിൽ അത് പറഞ്ഞാമതി.”

“അതല്ല പറഞ്ഞത്. അമ്മ വയ്യാതെ കെടക്കല്ലേ, നമ്മളല്ലാതെ മറ്റാരാ നോക്കാ?” അയാൾ ചീഞ്ഞ പച്ചക്കറി കിടന്നിരുന്ന ട്രേ വൃത്തിയാക്കുന്നതിനിടെ പറഞ്ഞു.

“അമ്മ... അമ്മ... അമ്മ... ഈ വിചാരം മാത്രേള്ളൂ. എന്നെക്കുറിച്ച് ഒരു ചിന്തല്ല്യ.”

“നിനക്ക് ചിന്തിക്കാനും അതനുസരിച്ച് പ്രവർത്തിക്കാനും പറ്റും. തളർന്നു കിടക്കുന്നോർക്ക് ചിന്തിക്കാനേ പറ്റൂ. ഒരു തുള്ളി വെള്ളം പോലും....”

“ഓ, അപ്പം അതാണല്ലേ കാര്യം. തള്ള എഴുന്നള്ളിച്ചിട്ട്ണ്ടാവും എല്ലാം. ന്നോട് ചോയ്ച്ചൂടെ എന്തെങ്കിലും വേണങ്കിൽ.”

“അതെ. ന്ന്ട്ടും ചോദിച്ചില്ലല്ലോ, എന്തേ?”

അയാൾ മുറിയുടെ മൂലയിൽ കൂട്ടിയിട്ടിരിക്കുന്ന അഴുക്കുവസ്ത്രങ്ങൾ വാഷിംഗ് മെഷീനിൽ ഇടുന്നതിനിടയിൽ പറഞ്ഞു.

* * *

ഒരു ഓന്ത് കുട്ടിയുടെ പച്ചനിറമുള്ള കളിപ്പാട്ടത്തിൽ വന്നിരുന്നു. കുട്ടി കണ്ണിമവെട്ടാതെ അതിനെത്തന്നെ നോക്കിയിരുന്നു. പതുക്കെ ഓന്ത് പച്ചനിറമായി.

"ഹീ..." കുട്ടി പല്ലുകാട്ടി ചിരിച്ചു.

അയാൾ ബാക്കിയുള്ള ദോശമാവ് കല്ലിൽ ഒഴിച്ച് ദോശയുണ്ടാക്കി. കുട്ടിയെ വീൽച്ചെയറിൽ നിന്നെടുത്തു. നാപ്പിയിൽ മൂത്രം നിറഞ്ഞ് കനംതൂങ്ങിയിരുന്നു. അത് മാറ്റി മേല് കഴുകിച്ച്, ഉടുപ്പിടുവിച്ചു. ദോശ വായിൽ കൊടുത്തു. കുട്ടി ചുറ്റിലും കണ്ണുകൊണ്ട് പരതി. പച്ചക്കളിപ്പാട്ടത്തിൽനിന്നും മഞ്ഞ കളിപ്പാട്ടത്തിലേക്ക് ചാടിയ ഓന്തിനെ കുട്ടി കണ്ടുപിടിച്ചു.

"ഹീ..." കുട്ടി ചിരിച്ചു.

കുളിമുറിയിൽനിന്ന് വെള്ളം വീഴുന്ന ശബ്ദം. അയാൾ ചായ തിളപ്പിച്ച് രണ്ട് ഗ്ലാസ്സുകളിൽ പകർന്നു. ഒരു ഗ്ലാസ്സെടുത്ത് ലിവിംഗ് റൂമിൽ ചെന്നിരുന്ന് ടി.വി. ഓണാക്കി.

"ഞാൻ സ്ത്രീകൾക്ക് ആക്ഷേപകരമായി എന്തോ പറഞ്ഞു എന്നാരോപിക്കുന്ന ചിലർ വിവാദത്തിന് അടിസ്ഥാനമാക്കിയ ആ പ്രസംഗത്തിലെ ഒരിടത്തും സ്ത്രീ എന്ന വാക്കോ ഏതെങ്കിലും സ്ത്രീയുടെ പേരോ പരാമർശിച്ചിട്ടില്ല." ജനപ്രിയനേതാവ് പറയുന്നു.

"ആ നാടിന്റെ ശൈലി അദ്ദേഹത്തിന്റെ സംസാരത്തിൽ കടന്നു വരാറുണ്ട്. അത്തരം ചില സന്ദർഭങ്ങളെ പർവതീകരിച്ച് അതിലൂടെ രാഷ്ട്രീയമുതലെടുപ്പ് നടത്താനുള്ള ശ്രമമാണ് ഇവിടെ നടക്കുന്നത്." മറ്റൊരു നേതാവ് പറയുന്നു.

* * *

മഞ്ഞക്കളിപ്പാട്ടത്തിൽനിന്ന് ഓന്ത് ചുവന്ന പരവതാനിയിലേക്ക് ചാടിയത് കുട്ടി കണ്ടിരുന്നില്ല. അതുകൊണ്ടുതന്നെ ചുവന്ന പരവതാനിയിലെ ചുവന്ന ഓന്തിനെ കുട്ടിക്ക് കണ്ടുപിടിക്കാനായില്ല.

"നിനക്കുള്ള ചായ അടുക്കളേല് അടച്ച് വച്ച്ണ്ട്." അയാൾ ഭാര്യയോട് പറഞ്ഞു.

അവൾ തോർത്തുകൊണ്ട് മുടി കെട്ടിവയ്ക്കുകയായിരുന്നു. മുഖം അപ്പോഴും കടന്നൽ കുത്തിയപോലെത്തന്നെ.

"എനിക്ക് ഉണ്ടാക്കാനറിയാം ചായ." അവൾ ചവിട്ടിത്തുള്ളി അടുക്കളയിലേക്ക് പോയി. പാത്രങ്ങൾ എറിയുന്ന ശബ്ദം. എന്തൊക്കെയോ പിറുപിറുപ്പ്. അയാൾ ടി.വി. ഓഫ് ചെയ്ത് അടുക്കളയിലേക്ക് പോയി.

"എന്താ സരിതേ ദ്? നിന്റെ കാര്യം ഞാനല്ലാതെ പിന്നാരാ നോക്കാ? എനിക്ക് നീയും കുഞ്ഞുമല്ലാതെ മറ്റാരാ ഉള്ളത്? എന്താ നിനക്കിവിടെ ഒരു കുറവ്?"

"ഏയ്, ഒരു കുറവുല്ല്യ. ഒക്കെ കൂടുതലാ. ഞാൻ വെറും മണ്ടി." അവൾ അരി കഴുകി കുക്കറിൽ ഇടുന്നതിനിടയിൽ പറഞ്ഞു. അയാൾ ഒന്നും മിണ്ടാതെ അലക്ഷ്യമായി ഇട്ടിരുന്ന കത്തിയെടുത്ത് ഉപ്പേരി ക്കഷണങ്ങൾ നുറുക്കാൻ തുടങ്ങി.

"അല്ലെങ്കിലും എന്റെ തലവിധി. ശാപംപിടിച്ച ജന്മങ്ങളെ നോക്കി നോക്കി എന്റെ ജന്മം മുടിയും."

"നീയിങ്ങനെ പ്രാകല്ലേടീ. നമ്മുടെ കുഞ്ഞല്ലേ..."

"നിങ്ങക്ക് രാവിലെ ഇവടന്നങ്ങ് പോയാ, വൈകിട്ട് വന്ന് കേറ്യാ മതി. ഇതിന്റുള്ളില് കെടന്ന് ശ്വാസംമുട്ടണത് ഞാനാ."

"ഇന്ന് രാവിലെ കെടക്കണതാ അമ്മ മൂത്രത്തില്. നീയൊന്ന് തിരിഞ്ഞുനോക്ക്യോ?"

"ഓ.. അത് ശരി. അതാണ് കാര്യം. എന്നാ നിങ്ങൾക്ക് മനസ്സിന് പിടിച്ച ഒരു പെണ്ണിനെ കെട്ടി കൊണ്ടുപോരേ. ഞാൻ മാറിത്തരാം."

"പ്ലീസ്." അയാൾ കൈക്കൂപ്പിക്കൊണ്ട് പറഞ്ഞു.

"എനിക്ക് കുറച്ച് മനസ്സമാധാനം തരോ?"

"എന്റെ കൈയ്യിലില്ല." അവൾ പറഞ്ഞു.

അയാൾ അവിടെ നിന്നിറങ്ങി സ്റ്റെപ്പുകൾ കയറി മുകളിലത്തെ നിലയിലെ ബാൽക്കണിയിലേക്കിറങ്ങി. പടിയിൽ കൈകളൂന്നി ദീർഘനിശ്വാസമുതിർത്തു. തണുത്ത കാറ്റ് വീശുന്നുണ്ടായിരുന്നു. മുറ്റത്ത് വിരിഞ്ഞുനിൽക്കുന്ന ചെയ്ഞ്ച് റോസ് കടുംചുവപ്പ് നിറമാ യിരുന്നു. തൊട്ടടുത്ത ചട്ടിയിലെ സ്വൽപം വാട്ടം തട്ടിയ ആന്തൂ റിയത്തിന് വെള്ളമൊഴിച്ചിട്ട് ദിവസങ്ങളായെന്ന് അയാൾക്ക് തോന്നി. അയാൾ ബാൽക്കണിയിലെ കസേരയിലേക്ക് ഇരുന്ന് തല ചായ്ച്ച് മയങ്ങി.

സമയം കടന്നുപോയത് അയാൾ അറിഞ്ഞില്ല. ചെറിയ ഒരു മുഴക്കം കേട്ട് അയാൾ കണ്ണുതുറന്നു. പുലർച്ചെ മൂന്നുമണി. ഇടി വെട്ടിയതാണ്. മഴയ്ക്ക് സാധ്യതയുണ്ട്. പോർച്ചിലെ ലൈറ്റ് അടു ത്തുള്ള മുളങ്കൂട്ടത്തിലേക്ക് വീണുകിടക്കുന്നുണ്ടായിരുന്നു. വീണ്ടും ഇടി മുഴങ്ങി. മുളങ്കൂട്ടത്തിൽ നിന്നും കൂണുകൾ തുരുതുരാ മുളച്ചു പൊന്തിവരുന്നു. കണ്ണടയ്ക്കാതെ ആ ദൃശ്യം തന്നെ നോക്കിനിന്ന പ്പോൾ അയാൾ അസ്വസ്ഥനായി. പെട്ടെന്ന് സ്റ്റെപ്പുകൾ ഇറങ്ങി താഴത്തെ നിലയിലെത്തി. ഹാളിൽ കളിപ്പാട്ടങ്ങൾ ചിതറിക്കിടക്കുന്നു.

അമ്മയുടെ മുറിയുടെ വാതിൽ പതുക്കെ തുറന്നു നോക്കി. നല്ല ഉറക്കം. പാവം. വല്ലതും കഴിച്ചോ എന്തോ?

അയാൾക്ക് കുറ്റബോധം തോന്നി. വാതിൽ ചാരി അയാൾ തിരിച്ചുപോന്നു. അവരുടെ ബെഡ്റൂമിന്റെ വാതിൽക്കൽ ഒന്ന് ശങ്കിച്ചു നിന്നശേഷം പതുക്കെ തള്ളി നോക്കി. ഉള്ളിൽനിന്ന് കുറ്റിയിട്ടിരിക്കുന്നു, എന്നത്തേയുംപോലെ. അയാൾ ചുമരിലേക്ക് ചാരി നിന്നു.

“അയ്യേ. ആൺകുട്ട്യോള് കരയ്യാ... നാണക്കേട്.” ആരാണത് പറയുന്നത്? അയാൾ കാതോർത്തു.

അമ്മ, അച്ഛൻ... മാത്രമല്ല, എല്ലാവരും ചുറ്റുംനിന്ന് മൂക്കിൽ വിരൽ വച്ച് പറയുന്നു: “ആൺകുട്ട്യോള് കരയാൻ പാടില്ല്യ.”

അയാളുടെ മനസ്സപ്പോൾ ഭൂമിക്കടിയിൽ കിടന്ന് ശ്വാസം മുട്ടുന്ന കൂണുകളെപ്പോലെയായിരുന്നു. ശ്വാസം മുട്ടി ഭൂമിയുടെ ഉപസ്ഥം തുളച്ചു പൊങ്ങി നിവർന്നുവരുന്ന കൂണുകൾ. വിരിയാൻ കൊതിക്കുന്ന അല്പായുസ്സ് മാത്രമുള്ള കൂണുകൾ.

■

# വവ്വാലുകൾ

ശങ്കരൻനായർ എന്നത്തേയുംപോലെ തന്റെ പ്രിയപ്പെട്ട മകൾ കൃഷ്ണയുടെ ഫോട്ടോയിൽ മാല ചാർത്തി. കണ്ണീരോടെ ഉമ്മ വച്ചു. കാലൻകുട കയ്യിലെടുത്ത്, ചെരിപ്പ് ധരിച്ച്, കുട നിവർത്തി മുറ്റത്തേക്കിറങ്ങി. സൂര്യൻ അതിന്റെ തീക്ഷ്ണത കൂടുതൽ കാണിക്കുന്നതായി അയാൾക്ക് തോന്നി. ഗേറ്റിനടുത്തുള്ള മാവിൽ നിന്ന് വവ്വാലുകൾ മാങ്ങകൾ പകുതി ചപ്പി താഴേക്കിട്ടുകൊണ്ടിരുന്നു. മാവിൽ തലകീഴായി തൂങ്ങിക്കിടക്കുന്ന വവ്വാലുകളെ അയാൾ കണ്ടു. ഗേറ്റ് പൂട്ടി താക്കോൽ തന്റെ നീളൻ കുപ്പായത്തിന്റെ കീശയിലേക്കിട്ട് കവല ലക്ഷ്യമാക്കി നടന്നു.

ബസ്സിൽ ഏറ്റവും പിറകിലത്തെ സീറ്റിലായിരുന്നു അയാളിരുന്നത്. തിരക്ക് കുറഞ്ഞ ബസ്സിൽ എല്ലാവരും മുഖത്ത് മാസ്ക് ധരിച്ചിരുന്നു. മാസ്ക് ധരിക്കാത്ത അയാളെ എല്ലാവരും ഒരു അത്ഭുത ജീവിയെപ്പോലെ നോക്കി. ബസ്സ് പതുക്കെ നീങ്ങിത്തുടങ്ങി. പുറത്ത് ജനത്തിരക്ക് വളരെ കുറവായിരുന്നു.

പുറത്തെ കാഴ്ചകളിൽ, മാസ്ക് ധരിച്ച ഓരോ മനുഷ്യന്മാരും ഓപ്പറേഷൻ തീയറ്ററിലെ ഡോക്ടർമാരും നഴ്സ്മാരുമാണെന്ന് അയാൾക്ക് തോന്നി.

“സരസ്വതിയുടെ കൂടെ നിക്കണതാരാ?” ഐസിയുവിൽ നിന്ന് നഴ്സ് പുറത്ത് വന്ന് ചോദിച്ചു. അയാൾ ബദ്ധപ്പെട്ട് എഴുന്നേറ്റു.

“കയറി കണ്ടോളൂ.”

അവർ കൊടുത്ത മാസ്കും കയ്യുറകളും ധരിച്ച് അയാൾ ഐ.സി.യുവിൽ കയറി. കൈകളിൽ പിടിക്കാൻ ശ്രമിച്ചപ്പോൾ അവളത് നിരസിച്ചു.

“ഞാനും കൂടി പോയാ ഒറ്റയ്ക്കാവില്ലേ.”

“എന്നെ ഒറ്റയ്ക്കാക്കി പോവാൻ ഞാൻ സമ്മതിക്കില്ല സരസ്വതി.”

അയാളുടെ കരച്ചിലോളം എത്തിയ ശബ്ദം സ്വല്പം ഉയർന്നു.

“നമ്മുടെ മകളെ ഇല്ല്യാണ്ടാക്കിയവനെ വെറുതെ വിടരുത്. എനിക്ക് വാക്കുതരണം.” അവൾ പറഞ്ഞു.

“ഇല്യ, സരസ്വതി ഞാൻ വിടില്ല്യ.”

“മതി അച്ഛാ. ഇനി പുറത്ത് നിന്നോളൂ. ഇവിടെ അധികനേരം നിൽക്കണ്ട.”

നഴ്സ് സ്നേഹത്തോടെ അയാളുടെ പുറത്ത് കൈ വച്ചു. അവൾ മനോഹരമായി ചിരിക്കുന്നുണ്ടായിരുന്നു. അയാൾക്ക് അവളുടെ മുഖം ഒരു മാലാഖയെപ്പോലെ തോന്നിച്ചു.

“ആത്മാർത്ഥമായ ആതുരശുശ്രൂഷാകർമ്മത്തിനിടയിൽ മരണമേറ്റു വാങ്ങിയ ലിനി നമ്മളിലൊരാളാണ്. അവർ അനശ്വര രക്തസാക്ഷി.” എന്ന് നഴ്സിംഗ് സമൂഹം.

വിട പറഞ്ഞ പ്രിയ മാലാഖയ്ക്കായി കണ്ണീർ വാർത്ത് സഹപ്രവർത്തകരും ബന്ധുക്കളും.

“എല്ലാവരോടും അനുകമ്പയോടും സ്നേഹത്തോടും പെരുമാറിയിരുന്ന വ്യക്തിയായിരുന്നു ലിനി” എന്ന് സഹപ്രവർത്തകരും പറയുന്നു. മാലാഖമാർക്ക് എപ്പോഴും ദുരിതം മാത്രമായിരിക്കും ഫലം!

* * *

**“ടി**ക്കറ്റ്.” ബസ്സിലെ ടിവി ന്യൂസിനെ കീറിമുറിച്ചുകൊണ്ട് മുഖം മൂടിയ കണ്ടക്ടർ ചോദിച്ചു.

“ഒരു കോടതി.” അയാൾ പറഞ്ഞു. അയാൾ സീറ്റിലേക്ക് ചാഞ്ഞ് കണ്ണുകളടച്ചു.

ശരിയാണ്, മാലാഖമാർക്ക് എപ്പോഴും ദുരിതം മാത്രമേ വിധിച്ചിട്ടുള്ളൂ. തന്റെ കുഞ്ഞുമാലാഖ വെള്ളയുടുപ്പിട്ട്, വെള്ള ചിറകുകളുള്ള, ചുറ്റും തിളങ്ങുന്ന നക്ഷത്രങ്ങൾ!

“കാവൽമാലാഖേ, നിനക്കാരേയും പേടിയില്ലേ?”

“ഇല്ല, എനിക്കാരേയും പേടിയില്ല.”

“എന്നേയും പേടിയില്ലേ?” കടവാതിൽ തന്റെ ചുവന്ന കണ്ണുകളുരുട്ടി. എലിയുടേതുപോലുള്ള ചുണ്ടുകൾ കൂർപ്പിച്ചു. തന്റെ കറുത്ത ചിറകുകൾ വിടർത്തി.

അയ്യോ! വെളുത്ത മാലാഖ ആകാശത്തേക്ക് ഉയർന്നു പറക്കാൻ തുടങ്ങി. പിന്നാലെ കടവാതിലും. കടവാതിൽ മാലാഖയെ കടിച്ചു താഴെയിട്ടു. മാലാഖയുടെ ചോരയൂറ്റി കുടിച്ചുകൊണ്ട് പറന്നുപോയി.

സദസ്സിലിരുന്ന എല്ലാവരും എഴുന്നേറ്റ് കൈയടിച്ചു. മാലാഖക്കുട്ടി കൈയിലൊരു കപ്പുമായി തന്റെ അടുത്തേക്ക് ഓടിവന്നു. പിന്നാലെ മറ്റൊരു കപ്പുമായി കടവാതിലും.

"എങ്ങനെയുണ്ടച്ഛാ എന്റെ അഭിനയം?"

"ഉഗ്രൻ."

"ഷാഹിനയോ?"

"രണ്ടുപേരും ഉഗ്രനായിട്ടുണ്ട്."

"മുഹമ്മദ് കോയ വന്നില്ലേ മോളേ?"

"വരാന്ന് പറഞ്ഞതാ. കാണുന്നില്ല"

"ന്നാ ഞങ്ങടെ കൂടെ പോന്നോളൂ വീട്ടിലാക്കി തരാം."

"കോടതി സ്റ്റോപ്പ് ആളെറങ്ങാനൊണ്ടോ?"

അയാൾ ഞെട്ടിയുണർന്നു.

* * *

**ബ**സ്സിറങ്ങി കുറച്ചു ദൂരം നടക്കാനുണ്ടായിരുന്നു. അയാൾ കുട നിവർത്തി.

വഴിയോരത്ത് തെരുവുനാടകം അരങ്ങേറുന്നുണ്ടായിരുന്നു. മുഖത്ത് മുഴുവൻ കറുത്ത ചായംതേച്ച ആൾ കറുത്ത വസ്ത്രം ധരിച്ചിരുന്നു. അയാളുടെ നഖങ്ങൾ കൂർത്തിരുന്നു. ചുണ്ടുകൾ ചുവപ്പു നിറത്തിലായിരുന്നു. അയാളെ ഒരു കടവാതിലിനെപ്പോലെ തോന്നിച്ചു.

"മിസ്റ്റർ ബാറ്റ് ഒരു കേസില്ലാവക്കീൽ കാണാൻ വന്നിട്ടുണ്ട്. കേസില്ലാ എന്ന് പറയുമ്പോൾ നിങ്ങൾ വിചാരിക്കുന്നതുപോലെയല്ല. ആരെ കൊന്നാലും കേസില്ല."

"ഹ... ഹ... ഹ...... ഹ... ഹ... ഹ......"

"എന്റെ മകളെ കൊന്നവനെ എന്തുചെയ്യണമെന്ന് ഞാൻ തീരുമാനിക്കും. ആളെ എങ്ങനെ ഊരാം എന്ന് ചിന്തിക്കുന്ന വവ്വാലുകളല്ല."

"ഹേ! ദേവതേ! നീതിയുടെ മുഖത്ത് നോക്കാൻ ന്യായമില്ലാത്തതുകൊണ്ടല്ലേ. കറുത്ത തുണികൊണ്ട് കണ്ണ് മൂടിക്കെട്ടിയിരിക്കുന്നത്. ചുറ്റിക കൊണ്ടടിക്കുന്നത് നീതിയുടെ തലയ്ക്കല്ലേ?"

"ഹേ ദേവതേ, കണ്ണിലെ കെട്ടഴിച്ച് നോക്കൂ. ത്രാസ് തുല്യമാണോ എന്ന്.... അല്ലെങ്കീ... അല്ലെങ്കീ... പ്രതിമയുടെ കണ്ണിലെ കെട്ടഴിച്ച് സ്വന്തം കണ്ണിൽ കെട്ടി, ചെവി തുറന്നുവെച്ച് വിധി പ്രസ്താവിക്കട്ടെ."

കടവാതിലിനെപ്പോലെ വേഷം കെട്ടിയ തെരുവു നാടകക്കാരൻ പറയുന്നു.

* * *

**ശ**ങ്കരൻനായർ കോടതി വളപ്പിലേക്ക് കടന്നു. കോടതിവരാന്ത യിൽ അനേകം വവ്വാലുകൾ അയാൾക്കു മുന്നിലൂടെ തലങ്ങും വിലങ്ങും പറന്ന് നടന്നു.

“വക്കീല് ചോദിച്ചാ ഇങ്ങനേ പറയാവൂ.”വവ്വാൽ ആരുടേയോ ചെവിയിൽ മൊഴിഞ്ഞു. അയാൾക്ക് മുന്നിൽ തലതിരിഞ്ഞ വവ്വാലു കൾ തൂങ്ങിയാടി.

“കൃഷ്ണാ കൊലക്കേസ്.”

അകത്തുനിന്ന് ശിപായിയുടെ ശബ്ദം അയാൾ കോർട്ട് ഹാളി ലേക്ക് കയറി.

“പ്രതി മുഹമ്മദ് കോയ... മുഹമ്മദ് കോയ...”

പുറത്ത് തെരുവു നാടകം അതിന്റെ അവസാന ഘട്ടത്തിലേക്ക് കടന്നു.

“സാധാരണക്കാരന് നീതിന്യായ പുസ്തകങ്ങൾ ആളെ എങ്ങനെ ഊരാം എന്ന് ചിന്തിക്കുന്ന വവ്വാലുകൾക്ക് അനീതി അന്യായ പഴുത് പുസ്തകങ്ങൾ.”

“നോക്കൂ!” കറുത്ത കോട്ടിട്ട ഒരു മജിഷ്യൻ തന്റെ മാന്ത്രികവടി ചുഴറ്റുന്നു. “അത്ഭുതം! അത്ഭുതം!!”

ചങ്ങലകൊണ്ട് കൈകാലുകൾ ബന്ധിച്ച് കൂട്ടിലടക്കപ്പെട്ട ആൾ നിമിഷനേരംകൊണ്ട് അപ്രത്യക്ഷനായി!

“ഇതെങ്ങനെ സാധിച്ചു മജീഷ്യാ?”

“ഇതെല്ലാം എന്റെ ശിഷ്യൻമാരുടെ മിടുക്കാണ്. അവർ തീർ ക്കുന്ന പഴുതിലൂടെ സ്വയം ചങ്ങലയഴിച്ച് അവർ രക്ഷപ്പെടും. നിങ്ങൾ കാണികൾ വിഡ്ഢികൾ!”

“ഹ...ഹ...ഹ...ഹ...!!”

തെരുവുനാടകക്കാരൻ ഉറക്കെ ചിരിച്ചു.

ജഡ്ജി വിധി പ്രസ്താവിച്ചു:

“സാഹചര്യത്തെളിവുകളുടെ അഭാവത്തിൽ പ്രതി മുഹമ്മദ് കോയയെ ഈ കോടതി നിരുപാധികം വിട്ടയയ്ക്കുന്നു.”

* * *

സൂര്യന് ചൂടു കൂടുതലാണെങ്കിലും കോടതിയിൽനിന്ന് തിരിച്ചു പോരുമ്പോൾ ശങ്കരൻ നായർ കാലൻകുട നിവർത്താൻ മറന്നു പോയി.

തിരിച്ച് വീട്ടിലേക്കെത്തുമ്പോൾ സൂര്യന്റെ കാഠിന്യം കുറഞ്ഞി രുന്നു. മുറ്റം നിറയെ പകുതി ചപ്പിയ മാങ്ങകൾ ഉപയോഗശൂന്യ മായി കിടന്നിരുന്നു. അയാൾ അകത്ത് കയറി വാതിലടച്ചു കിടന്നു. ഒരു കടവാതിൽ ജനൽ ചില്ലയിൽ തട്ടി തിരിച്ചുപോയി.

വീണ്ടും ശബ്ദം. അയാൾ ചെവിയോർത്തു. വവ്വാലല്ല, ആരോ വാതിലിൽ മുട്ടുന്നു. അയാൾ വാതിൽ തുറന്നു.

“അല്ല, ഇതാര് ഷാഹിന മോളോ? എന്താ ഈ നേരത്ത്?” അയാൾ ചോദിച്ചു.

“എനിക്ക് ഒരൂട്ടം പറയാന്ണ്ട് കൃഷ്ണേന്റച്ഛനോട്.” ഷാഹിന പറഞ്ഞു.

“അതിനെന്താ? മോള് വാ.” അവൾ അകത്തുകയറി.

* * *

**ദി**വസങ്ങൾക്കുശേഷം വാതിലിൽ തുടർച്ചയായി മുട്ടു കേട്ടിട്ടാണ് ശങ്കരൻനായർ ഞെട്ടിയുണർന്നത്.

“ആരാ?” ശങ്കരൻ നായർ ചോദിച്ചു.

“വാതിൽ തുറക്ക് ശങ്കരേട്ടാ, ഞാനാ മുഹമ്മദ് കോയ.”

ശങ്കരൻ എഴുന്നേറ്റ് തലയിണയ്ക്കടിയിൽനിന്ന് കൈത്തോക്കെ ടുത്ത് അരയിൽ തിരുകി. വാതിൽ തുറന്നു. പുറത്ത് മുഹമ്മദ് കോയ.

“ആ... ശങ്കരേട്ടാ എറങ്ങിവാ ഇങ്ങട്ട്.” അയാൾ അരയിൽ നിന്ന് കുപ്പിയെടുത്ത് പടിയിൽ വച്ചു. “എത്ര നാളായി ശങ്കരേട്ടാ, നമ്മ ളൊന്ന് കൂടിയിട്ട്. ന്നോട് ഇപ്പഴും ദേഷ്യാണോ? ഇപ്പഴുന്നെ വിശ്വാസാ യിട്ടില്ലാലേ? ഞാനങ്ങനെ ചെയ്യോ ശങ്കരേട്ടാ, ന്റെ ഷാഹിനേന്റെ പ്രായല്ലേള്ളൂ അവൾക്ക്.”

അയാൾ കുപ്പി അങ്ങനെ വായിലേക്ക് കമഴ്ത്തി. ശങ്കരൻനായർ കണ്ണുകൾ ഇറുക്കിയടച്ചു. ചെവിയിൽ നിറയെ ഷാഹിനമോളുടെ വാക്കുകളാണ്.

“ന്റെ ഇപ്പ ചീത്ത്യാ. ഇക്കിഷ്ടല്ല്യ. കൃഷ്ണേനെ ഇപ്പ്യാ ചീത്ത്യാ ക്കീത്. ഞാൻ കണ്ടതാ, പറഞ്ഞാ കൊന്നുകളയുംന്നു പറഞ്ഞു.”

കാണെക്കാണെ ആ കുഞ്ഞു കടവാവൽ ഒരു മാലാഖയായി മാറി. വെള്ളത്തൂവലുകളുള്ള മാലാഖ!

അയാൾ കണ്ണ് തുറന്നു. മുറ്റത്തെ എല്ലാ മരത്തിലും കറുത്ത വവ്വാലുകൾ തലകീഴായി തൂങ്ങിക്കിടന്ന് അയാൾക്കുനേരെ പല്ലിളിച്ചു. അവ പറന്നുവന്ന് അയാൾക്ക് ചുറ്റിലും തന്റെ ചിറക് വിടർത്തി നൃത്തം ചെയ്തു. അതിലൊന്നിന് തന്റെ സരസ്വതിയുടെ മുഖമായിരുന്നു, മറ്റൊന്നിന് ലിനിയുടെ... മൂന്നാമത്തെ തന്റെ കുഞ്ഞു മാലാഖ! നാലാമത്തെ മുഖം കണ്ട് അയാൾ ഞെട്ടി!

പാടില്ല അത് സംഭവിച്ച് കൂടാ. പഴസത്ത് കുടിച്ച് ബോധരഹിതനായി കിടക്കുന്ന ആ നരിച്ചീറിനു നേരെ അയാൾ തോക്കുചൂണ്ടി.

'ഠോ'

വെടിയൊച്ച കേട്ട് ചിതറിപ്പറക്കുന്ന നരച്ചീറുകളെ വകവയ്ക്കാതെ അനധികൃതമായി കൈവശം വച്ച തോക്കുമായി അയാൾ പൊലീസ് സ്റ്റേഷൻ ലക്ഷ്യമാക്കി നടന്നു.

■

# മാംസം

**കു**മുദം തന്റെ കൈയിലുള്ള ചില്ലറകളും നോട്ടുകളും എണ്ണിത്തിട്ടപ്പെടുത്തി സ്വർണ്ണക്കടയുടമയ്ക്ക് നൽകി.

അയാൾ അവളെ തെല്ലൊരു അവജ്ഞയോടെ നോക്കി. പണം വാങ്ങി എണ്ണി നോക്കിയശേഷം റോസ് നിറത്തിലുള്ള പൊതി അവളുടെ കൈയിൽ കൊടുത്തു. അവൾ സന്തോഷത്തോടെ അത് വാങ്ങി കടയുടെ പുറത്തെ തിണ്ണയിലേക്കിറങ്ങി പൊതി അഴിച്ചു. അതിൽ നിന്ന് വെള്ളി പാദസരങ്ങൾ പുറത്തെടുത്തു. കാലകത്തി വെച്ച് മുഷിഞ്ഞ സാരി തൊട്ടിലു പോലെയാക്കി കുഞ്ഞിനെ അതിൽ കിടത്തി. കറുത്തുരുണ്ട കുഞ്ഞിക്കാലിൽ അതണിയിച്ചു.

“എപ്പടിയിരുക്ക് ചാമി നമ്മ ലച്ച്മി?”

അവൾ തന്റെ ഭർത്താവിനോട് ചോദിച്ചു. അയാൾ അത് ഇഷ്ടപ്പെടാത്തമട്ടിൽ ചുണ്ട് കോട്ടി.

“ഇതെല്ലാം തേവയാ? ഒരു ബോട്ടിൽ വാങ്ക വച്ച കാസ്.”

“ഉനക്ക് ബോട്ടിൽ നിനപ്പ് മട്ടും താനാ. നാൻ എത്തന നാളായാ സപ്പെട്ടേൻ തെരിയുമാ ലെച്ചുക്കൊരു കൊലുസ്സ്.”

അവൾ കുഞ്ഞിക്കാലിൽ ഉമ്മ വച്ച് കൊണ്ട് പറഞ്ഞു: “ലച്ചൂ... കണ്ണാ...”

“ഇനിയെൻ പൊണ്ണുക്കൊരു തങ്ക തോടവാങ്കണം.” റെയിൽവേ സ്റ്റേഷന്റെ പിന്നിലെ തുണികൊണ്ട് മറച്ചുകെട്ടിയ പുരയിലിരുന്ന് കുഞ്ഞിന് മുല കൊടുക്കുന്നതിനിടയിൽ കുമുദം ഭർത്താവിനെ നോക്കി പറഞ്ഞു.

“ഹോ... ഹോ.. ഒരു കുളന്തെ! വീഥിയിലെ പടുക്കറവൾക്ക് എതുക്കെടീ ഇന്ത കൂത്ത് രണ്ടയും മെഥിച്ചു വെളിയിൽ തള്ളിടുവേ ശന്യങ്കേ.”

അയാൾ വയറ്റിൽ കിടക്കുന്ന വിഷത്തിന്റെ അഹങ്കാരത്തിൽ അലറി. അയാളുടെ അലർച്ച കേട്ട് ഹോട്ടലിന്റെ പിന്നാമ്പുറത്ത്

എല്ലിൽനിന്നും ഇറച്ചി കടിച്ചുവലിക്കുന്നതിനിടയിൽ ആൺപട്ടി തല യുയർത്തി നോക്കി. കുറച്ച് നേരം അയാളെ നോക്കിനിന്ന ശേഷം വീണ്ടും ഇറച്ചി കടിച്ചുവലിക്കാൻ തുടങ്ങി.

അതേസമയം സ്റ്റേഷനിലൂടെ നിർത്താതെ അമിത വേഗത്തിൽ ഒരു എക്സ്പ്രസ്സ് ട്രെയിൻ കടന്നുപോയി. അത്ര വലിയ ശബ്ദം കേട്ടിട്ടും മൂന്ന് പട്ടിക്കുട്ടികൾ യാതൊരു ഭാവവ്യത്യാസവുമില്ലാതെ സ്റ്റേഷനിലെ ഒരു മൂക്കിൽ പെൺപട്ടിയുടെ മുലകുടിക്കുകയായി രുന്നു. പെൺപട്ടി മുല കുടിക്കുന്ന കുഞ്ഞുങ്ങളെ ഇടയ്ക്കിടയ്ക്ക് നക്കിക്കൊണ്ടിരുന്നു. ആൺപട്ടി ഇറച്ചിതീറ്റ നിർത്തി പെൺപട്ടി യുടെ അടുത്തെത്തി, കുറച്ച് നേരം മണം പിടിച്ചു നിന്നശേഷം അടുത്ത് കിടന്നു.

നേരം കടന്നുപോയി. ആൺപട്ടി എഴുന്നേറ്റ് വീണ്ടും ഹോട്ടലിന്റെ പിന്നാമ്പുറത്തേക്ക് നടന്നു. കുറേനേരം തിരഞ്ഞെങ്കിലും ഒന്നും കിട്ടിയില്ല. കുറച്ച് നേരം അവിടെ പതുങ്ങി നിന്നശേഷം തുണി കൊണ്ട് മറച്ചു കെട്ടിയ പുരയിലേക്ക് കടന്നു. ചാമി മലർന്ന് കിട ന്നുറങ്ങുകയായിരുന്നു. കുമുദം കുഞ്ഞിനെ ഉറക്കിയശേഷം അടു ക്കളയിലും.

ആൺപട്ടി തൊട്ടിലിൽ നിന്നും പുറത്തേക്ക് നിൽക്കുന്ന കാലിൽ മണംപിടിച്ചു. കൊലുസിട്ട കാലിൽ നക്കി. കുഞ്ഞിന്റെ കരച്ചിൽ കേട്ട് കുമുദം പുറത്തേക്ക് വന്നു.

“അയ്യാ.. നമ്മ കൊളന്തെ. പോ... നായ്.”

കുമുദം അലമുറയിട്ടു. ബോധമില്ലാതെ കിടക്കുന്ന ഭർത്താവിനെ കുലുക്കി വിളിച്ചു:

“അയ്യാ... എഴുന്തിര്.”

“എന്നടീ?”

“അന്ത നായ് പെരിയ തൊള്ളയാർക്ക്. അതേ ഇങ്കെന്ത് തൊര ത്തണം. ഇപ്പവേ നമ്മ കൊളന്തയേ...” മുഴുമിപ്പിക്കാതെ കുമുദം കരഞ്ഞു.

“ഇത് എത്തനാ വാട്ടിയാണ് തെരിയുമാ?”

“അത് അന്ത സ്റ്റേഷനിലെ പൊട്ടനായ് കൂടെയുള്ളതാ. അ തെയും അതോടെ കുട്ടിനായ്ക്കളേയും ഇങ്കെന്ത് തൊരത്തിനാ... അതു പോകും. നാളേക്ക് പാക്കലാം.” അയാൾ പറഞ്ഞു.

* * *

**പ**ന്തലുകാർക്കുള്ള നിർദേശം നൽകിയശേഷം ശാരദമ്മ ഫോണെ ടുത്ത് മകളെ വിളിച്ചു. ഓഫീസിൽ തിരക്കായ കാരണം ഫോൺ

അടിച്ചത് സുമ അറിഞ്ഞില്ല. ഉച്ചയ്ക്ക് ലഞ്ച് ബ്രേക്ക് സമയത്താണ് അവൾ മിസ്കോൾ കണ്ടത്. അവൾ തിരിച്ചു വിളിച്ചു.

“വിളിച്ചത് ഞാനറിഞ്ഞില്ലമ്മേ...”

“അത് സാരമില്ല. നീ എപ്പഴാ പുറപ്പെടുക?”

“നാളെ രാവിലെ.”

“സൂക്ഷിക്കണേ മോളേ...”

“ഞാനെന്താ, കൊച്ചുകുട്ടിയാണോ അമ്മേ?”

“എനിക്ക് നീ ഇപ്പഴും കൊച്ചു കുട്ടി തന്ന്യാ. ഞാൻ സുമേഷിനെ പറഞ്ഞ് വിടാം. വൈകിട്ടല്ലേ ട്രെയിനവിടെ എത്തുക.”

“വേണ്ടമ്മേ ഞാൻ വന്നോളാം.”

“നീയിവിടെ എത്തുന്നതുവരെ എനിക്കൊരു മനസ്സമാധാനവു ണ്ടാവില്ല്യ.”

“അമ്മ സമാധാനത്തിലിരുന്നോളൂ. ഞാനൊരു കൊഴപ്പൂല്യാ തെത്തും.”

മകളോട് സംസാരിച്ച് ഫോൺ കട്ട് ചെയ്തശേഷം ശാരദമ്മ നേരെ ദേഹണ്ണക്കാരുടെ അടുത്തേക്കാണ് ചെന്നത്.

“വേണ്ട കാര്യങ്ങളൊക്കെ നോക്കി ചെയ്തോളണേ നാരായ ണൻകുട്ടീ.”

“ശാരദമ്മ ഒന്നോണ്ടും വെഷമിക്കണ്ട. ഒക്കെ ഞങ്ങള് നോക്കി ക്കോളാം.”

ദേഹണ്ണത്തിന് നേതൃത്വം കൊടുക്കുന്ന നാരായണൻകുട്ടി പറഞ്ഞു.

“ഒക്കെ ഞങ്ങളേറ്റു അമ്മേ. അമ്മ പറഞ്ഞാ മാത്രം മതി.” സുമേ ഷിന്റെ കൂട്ടുകാർ പറഞ്ഞു.

അവർ കസേരയും മേശയും പന്തലിന്റെ ഓരത്ത് ഇറക്കിവച്ച്, അത് പന്തലിൽ നിരത്തിയിടുകയായിരുന്നു. അവർക്ക് ആ വാക്കുകൾ തെല്ലൊരാശ്വാസം നൽകിയെങ്കിലും ആധിയൊഴിയാതെ അവർ ഇടയ്ക്കിടയ്ക്ക് ഗേറ്റിലേക്ക് നോക്കി. എപ്പഴാ നാല് കാലിൽ വരിക യെന്നറിയില്ല. വന്ന് കയറിയാൽപ്പിന്നെ ഒരു പണിയും നേരെ ചൊവ്വേ നടത്താൻ സമ്മതിക്കില്ല.

“ഇപ്പഴൊന്നും കയറിവരല്ലേ ഗുരുവായൂരപ്പാ.”

ശാരദമ്മ ആത്മാർത്ഥമായി പ്രാർത്ഥിച്ചു. പക്ഷേ പ്രാർത്ഥന ഫലി ച്ചില്ല. ഗേറ്റ് തള്ളിത്തുറന്ന് അയാൾ ആടിയാടി കയറി വന്നു. ശാരദമ്മ

ഓടി അയാളുടെ അടുത്ത് വന്നു. വേച്ച് വീഴാൻ പോയ അയാളെ അവർ താങ്ങി.

"എന്നെ ആരും പിടിക്കണ്ട. എനിക്ക് നടക്കാനറിയാം." ശാരദമ്മയുടെ കൈകൾ തട്ടിമാറ്റിക്കൊണ്ട് അയാൾ പറഞ്ഞു.

"പ്രശ്നങ്ങളൊന്നും ഉണ്ടാക്കരുത്. നമ്മടെ മോൾക്ക് ഒരു നല്ല കാര്യം വരാനുള്ളതല്ലേ?"

"നമ്മുടെ മോളോ? നിന്റെ മോള്. നിന്നോടല്ലേ അവൾക്ക് സ്നേഹം. നമ്മള് വെറും തന്ത."

"നിങ്ങള് അതുമിതും പറയാതെ അകത്ത് ചെന്ന് കിടക്ക്."

ശാരദമ്മ അയാളെ ഉന്തിത്തള്ളി ഒരുവിധം അകത്ത് കൊണ്ടുപോയി കിടത്തി. തിരിച്ച് പുറത്തിറങ്ങി വന്ന് പന്തലിൽ നിരത്തിയ കസേരകളിലൊന്നിൽ തലയ്ക്ക് കൈയും കൊടുത്തിരുന്നു.

"എന്താ അമ്മേ?" സുമേഷ് അമ്മയ്ക്കരികിലിരുന്നു.

"നാളെ നിശ്ചയം ഭംഗിയായി കഴിയുന്നതുവരെ എനിക്കൊരു മനസ്സമാധാനോല്യ. എല്ലാരും വരുമ്പോ ഇങ്ങേര് പന്തലിലിറങ്ങി വല്ല വേണ്ടാതീനവും പറഞ്ഞാലോ?"

ശാരദമ്മ സാരിത്തലപ്പുകൊണ്ട് കണ്ണ് തുടച്ചുകൊണ്ട് പറഞ്ഞു.

"അതൊക്കെ അമ്മയ്ക്ക് വെറുതെ തോന്നാ."

പിറ്റേന്ന് വൈകിട്ട് സുമ മൊബൈലെടുത്ത് അമ്മയെ വിളിച്ചു: "അമ്മേ ഞാൻ ഇരിങ്ങാലക്കുടയെത്തി."

"ഒറ്റയ്ക്കാണോ മോളേ?"

"അല്ലമ്മേ, വടക്കാഞ്ചേരിക്കുള്ള ഒരു ഫാമിലി കൂടെയുണ്ട്."

"അവരെറങ്ങിയാ ന്റെ കുട്ടി ജനറൽ കമ്പാർട്ട്മെന്റിൽ കയറണട്ടോ."

"ചെയ്തോളാം." നേരം പാസഞ്ചർ ട്രെയിനിനൊപ്പം ഇഴഞ്ഞു നീങ്ങി.

സമയം രാത്രി 8.15. കള്ളിന്റെ കെട്ട് പകുതിയിറങ്ങിയപ്പം ചാമി പതുക്കെ എഴുന്നേറ്റു. കുമുദം കുഞ്ഞിനേയും കെട്ടിപിടിച്ച് ഉറങ്ങുന്നു. അയാൾക്ക് ദേഷ്യം വന്നു. കമിഴ്ന്ന് കിടക്കുന്ന കുമുദത്തിന്റെ അരക്കെട്ടിലേക്ക് അയാൾ ആഞ്ഞ് ചവിട്ടി.

"എന്നാ ചാമീ എതുക്ക് മെഥിച്ചേ?" കുമുദം എഴുന്നേറ്റിരുന്ന് അരക്കെട്ട് ഉഴിഞ്ഞുകൊണ്ട് ചോദിച്ചു.

"എഴുന്തിരിച്ച് വാടി അന്ത നായ്ക്കളെ തൊരത്തവേണ്ടമാ?"

“മൂൺട്ര് പൈ കയ്യിലേ വെച്ച്ക്കോ. അത് ശൊന്നാ പാത്താതാ എതുക്ക് മെതിച്ചേ?”

“എതുക്ക് മൂൺട്ര് പൈ? ഒന്ന് പത്താതാ? ശൊന്നത് കേളടി, എനക്ക് പാഠം നടത്താതാ...”

“ഓ...” കുമുദം മുഖം വീർപ്പിച്ചു. എന്നിട്ട് കുഞ്ഞിനെ നോക്കി ചിരിച്ചു: “അമ്മ ഇപ്പോ വന്തിൻ ലച്ചു.”

അയാളുടെ നിർദേശപ്രകാരം ചെറിയ മൂന്ന് ചാക്കുകളായിരുന്നു അവളെടുത്തത്.

“നീ നായ്ക്കളെ തൊരത്ത്. എവ്ളോ ദൂരം മുടിയുമാ അന്ത അളവുക്ക്. അന്ത സമയത്തിലേ നാൻ നായ്ക്കുട്ടികളെ പൈക്കുള്ള പോട്.”

റെയിൽസ്റ്റേഷനിലേക്ക് നടക്കുന്നതിനിടയിൽ അയാൾ അവളോട് പറഞ്ഞു.

ആട്ടിയോടിച്ചപ്പം ആൺപട്ടി ആദ്യംതന്നെ ഓടിപ്പോയി. പെൺപട്ടി പക്ഷേ പോവാൻ കൂട്ടാക്കിയതേയില്ല. അത് അവിടെത്തന്നെ തിരിഞ്ഞുകളിച്ചു.

ആൺപട്ടി ഹോട്ടലിന്റെ പിന്നാമ്പുറത്തേക്ക് ഓടിപ്പോയി. അവിടെ കുറേ പട്ടികൾ മാംസം കടിച്ചുവലിക്കുന്നുണ്ടായിരുന്നു. ഇതിനെ കണ്ടതും അവരെല്ലാം ശത്രുവിനെ തുരത്താൻ ഒറ്റക്കെട്ടായി കുരച്ചു ചാടിവന്നു. ആൺപട്ടി നിരാശനായി തിരിഞ്ഞോടി. അതിന് നന്നായി വിശക്കുന്നുണ്ടായിരുന്നു. അപ്പോഴാണ് തുണികൊണ്ട് മറച്ച് കെട്ടിയ പുര നായയുടെ ശ്രദ്ധയിൽപ്പെട്ടത്. അത് പതുക്കെ പുരയ്ക്കുള്ളിലേക്ക് കടന്നു.

“ദൂരേ വീശീട്ടു വരയിലേ, പൈയുടെ കെട്ട് അവുത്തു വിട്ടിടു ചാമീ.”

പട്ടിക്കുട്ടികളെ ചാക്കിലാക്കി പോകാൻ നിൽക്കുമ്പോൾ കുമുദം ചാമിയോട് പറഞ്ഞു. ടൈറ്റായി കെട്ടിയ മൂന്ന് ചാക്കുകളുംകൊണ്ട് ചാമി പോകുന്നത് കുമുദം കണ്ണിൽ നിന്ന് മറയുന്നതുവരെ നോക്കി നിന്നു. കുഞ്ഞിനെപ്പറ്റി ഓർമ്മ വന്നപ്പോൾ അവൾ പുരയിലേക്ക് തിരിച്ചോടി.

പുരയ്ക്കകത്ത് കടന്ന് താഴ്ത്തിവച്ച റാന്തലിന്റെ തിരി പതുക്കെ ഉയർത്തി.

കിടത്തിയിരിക്കുന്ന സ്ഥലത്ത് കുഞ്ഞില്ല.

“ലച്ചു...” അവൾ ആധിയോടെ നാലുപാടും നോക്കി വിളിച്ചു. റാന്തലിന്റെ അരണ്ട വെളിച്ചത്തിൽ അവൾ ആ കാഴ്ച കണ്ടു.

നിലത്ത് ഒറ്റക്കൊലുസ്സ്. അവിടവിടെയായി ചോരത്തുള്ളികൾ.

“ലച്ചു... എൻ കണ്ണാ...” അവൾ അലറി വിളിച്ചുകൊണ്ട് പുറത്തേക്കോടി.

* * *

**ആ** സമയം ഒരു പാസഞ്ചർ ട്രെയിൻ ദൂരെനിന്ന് അരിച്ച് വരുന്നത് ചാമി കണ്ടു. അയാൾ കൈയിലുള്ള ചാക്കുകെട്ടുകൾ പാളത്തിൽ നിർത്തിവച്ചു. എന്നിട്ട് റെയിലിന് പുറത്തേക്ക് മാറി നിന്നു. കൂടെയുണ്ടായിരുന്ന ഫാമിലി വടക്കാഞ്ചേരി ഇറങ്ങിയതിന് ശേഷം ജനറൽ കമ്പാർട്ട്മെന്റിൽ സുമ തനിച്ചായിരുന്നു. അവൾ സ്വല്പം പേടിയോടെ പുറത്തെ ഇരുട്ടിലേക്ക് നോക്കി.

ചെറുതായനങ്ങുന്ന ചാക്കുകെട്ടിന് മുകളിലൂടെ ട്രെയിൻ കയറിയിറങ്ങി നിന്നു.

അയാളുടെ ചുണ്ടുകളുടെ സ്ഥാനത്ത് വെറ്റിലക്കറ പുരണ്ട പല്ലുകൾ തെളിഞ്ഞു. തിരിഞ്ഞു നടക്കാൻ തുടങ്ങുമ്പോഴാണ് ട്രെയിനിൽ പേടിച്ചരണ്ട സുമയെ അയാൾ കണ്ടത്. അയാളുടെ പല്ലിലെ കറ വീണ്ടും തെളിഞ്ഞു. വളരെ പതുക്കെ നീങ്ങിയിരുന്ന ട്രെയിനിന്റെ സ്റ്റെപ്പിലേക്ക് അയാൾ സമർത്ഥമായി കയറിയിരുന്നു.

ട്രെയിൻ സ്പീഡായി തുടങ്ങി. അയാൾ എഴുന്നേറ്റ് അവൾ ഇരുന്നിരുന്ന സീറ്റിനടുത്തേക്ക് നടന്നു. അയാളെ കണ്ടതും സുമ ചാടിയെഴുന്നേറ്റു.

“നിങ്ങളാരാ? ഇത് ലേഡീസ് കമ്പാർട്ട്മെന്റാണ്. ഇറങ്ങിപ്പോണം.” അവൾ സ്വല്പം ഉച്ചത്തിൽ പറഞ്ഞു.

അയാൾ വെറ്റിലക്കറ പുരണ്ട പല്ലുകൾ വീണ്ടും വെളിയിൽ കാണിച്ചു. അവളെ അടിമുടി നോക്കി.

കുമുദത്തിന്റേപോലെ കറുത്ത തൊലിയല്ല, നല്ല വെളുത്ത തൊലി. മുന്നിലും പിന്നിലും തള്ളിനിൽക്കുന്ന മാംസങ്ങൾപോലും കുമുദത്തിനേക്കാൾ ഇരട്ടി. അയാൾക്ക് വായിൽ വെള്ളമൂറി. അയാൾ കൈ നീട്ടി ചുരിദാറിന്റെ കഴുത്തിൽ പിടിച്ചു തന്നിലേക്കടുപ്പിച്ചു. അവൾ കൈ തട്ടിമാറ്റി വാതിൽ ലക്ഷ്യമാക്കി ഓടി. അയാൾ പിന്നാലെയും. ചാടാൻ ശ്രമിച്ച അവളെ അയാൾ പിന്നിൽനിന്നും വലിച്ചു. വലത്തേ കൈ പിന്നിലേക്ക് പിടിച്ചൊടിച്ചു. തല ട്രെയിനിന്റെ ഡോറിൽ ആഞ്ഞിടിച്ചു.

“ഹമ്മേ...!!!”

തൊണ്ടയിൽ ഒരു ആർത്തനാദമുയർന്നു. അവളുടെ ഒടിഞ്ഞ കൈ പ്രതികരിക്കാൻ നിവൃത്തിയില്ലാതെ തൂങ്ങിയാടി.

അവളുടെ ചുരിദാറിന്റെ കഴുത്തിൽ പിടിച്ച് താഴേക്ക് വലിച്ചു കീറി. ചെറുത്തു നിൽക്കാൻ അവൾ അയാളുടെ കഴുത്തിലേക്ക് തന്റെ നഖങ്ങൾ ആഴത്തി. അയാളുടെ കഴുത്തിലെ തൊലി അവളുടെ നഖങ്ങൾ മാന്തിയെടുത്തു. അവൾ സർവ്വശക്തിയുമെടുത്ത് അയാളെ ഒരു വശത്തേക്ക് തള്ളി ഇടത്തെ കൈ നിലത്ത് കുത്തി എഴുന്നേറ്റു. ട്രെയിനിന്റെ അടഞ്ഞ ഡോർ തുറന്ന് പുറത്തേക്ക് ചാടാൻ ശ്രമിക്കുമ്പോഴേക്ക് അയാൾ മുടിയിൽ പിടിച്ച് പിന്നിലേക്ക് വലിച്ചു. ഒടിഞ്ഞ അവളുടെ വലത്തെകൈ പിടിച്ച് വീണ്ടും താഴേക്ക് വലിച്ചു. അവൾ ഇടത്തെകൈ പിടുത്തം വിട്ടില്ല.

“പന്ന പിശാശേ..”

അവൾ പിടിച്ചുനിൽക്കുന്ന കയ്യിലേക്ക് ഡോർ ശക്തമായി ആഞ്ഞടിച്ചു. അവളുടെ വിരലുകൾ അറ്റു തൂങ്ങി. അവളുടെ മുടി പിന്നിൽ നിന്ന് ചുരുട്ടി പിടിച്ച് തല ചുമരിൽ തുരുതുരാ ആഞ്ഞിടിച്ചു. പ്രതികരിക്കാനാവാതെ അനക്കമറ്റ് ആ ശരീരം നിലത്തേക്ക് വീണു. അയാൾ ആ ശരീരം വലിച്ച് ട്രെയിനിന് പുറത്തേക്ക് തള്ളിയിട്ടു. പിറകെ അയാളും ചാടി.

റെയിലിന് മുകളിലേക്ക് കമിഴ്ന്നുവീണ ആ ശരീരം അയാൾ മലർത്തിക്കിടത്തി. തന്റെ ശരീരത്തിലേക്ക് പല്ലുകൾ ആഴ്ന്നിറങ്ങുന്നതിന്റെ വേദന അവളറിഞ്ഞു. ഇനിയും അണയാത്ത ഉള്ളിലെ നാളം പ്രവർത്തനരഹിതമായിക്കൊണ്ടിരിക്കുന്ന തലച്ചോറിലേക്ക് കയറിയും ഇറങ്ങിയും ശരീരം മുഴുവൻ ഓടിനടക്കുന്നത് അവളറിഞ്ഞു.

ചതഞ്ഞ് അറ്റുതൂങ്ങിയ വിരലുകളും ഒടിഞ്ഞ കൈകളും ട്രെയിനിൽനിന്ന് വീണപ്പോൾ ഒടിഞ്ഞ കാലിലെ എല്ലുകളും നിർദ്ദേശങ്ങൾ പാലിക്കാതെ വേദനകളെ സ്നേഹിച്ച് ഒന്നനങ്ങുവാൻ പോലുമാവാതെ നിശ്ചലമായി കിടന്നു. സൂചിമുനകൾ തന്റെ ശരീരത്തിൽ മുഴുവൻ തറച്ച് കയറുന്നത് അണയാത്ത നാളം അവളെ അറിയിച്ചു.

കുമുദം അലറിക്കരഞ്ഞ് കൊണ്ട് റെയിലിന് മുകളിലൂടെ ഓടി.

“ലച്ചു, എൻ കുഞ്ഞേ...”

കൈയിലെ റാന്തലിന്റെ ഇത്തിരിവെട്ടം അവഗണിച്ചുകൊണ്ടായിരുന്നു കുമുദം ഓടി നടന്നിരുന്നത്.

പെട്ടെന്നെന്തോ കാലിൽ തടഞ്ഞതുപോലെ തോന്നിയപ്പോൾ അവൾ കാലിലേക്ക് റാന്തൽ താഴ്ത്തി സൂക്ഷിച്ച് നോക്കി.

വെള്ളിക്കൊലുസണിഞ്ഞ കറുപ്പു നിറത്തിൽ അവിടവിടെയായി ചുവപ്പുനിറമുള്ള കുഞ്ഞിക്കാൽ; ഒരെണ്ണം മാത്രം...!!

കൈയിലെ റാന്തലും ഒപ്പം ബോധരഹിതയായി കുമുദവും നിലത്തേക്ക് വീണു. റാന്തലിലെ നാളം പതുക്കെ ആടിയുലയുവാൻ തുടങ്ങി.

സുമ കണ്ടു വീടിനു പിറകിലുള്ള കുറ്റിക്കാട്ടിൽ ആടിയുലയുന്ന നാളത്തിനപ്പുറം അമ്മയുടെ മുഖം. കണ്ണുകൾ കരഞ്ഞ് ചീർത്തിരിക്കുന്നു. അടി കൊണ്ട് തിണർത്ത കവിളുകൾ.

“ന്റെ... കുട്ട്യോള് ഇവിടിരുന്നോട്ടോ. അച്ഛൻ ഉറങ്ങിക്കഴിഞ്ഞാ ഞാൻ വന്ന് വിളിക്കാം...”

മടിയിൽ പേടിച്ചരണ്ട മുഖവുമായി അഞ്ചുവയസ്സുകാരനെ അവൾ ഒന്നുകൂടി ചേർത്തു പിടിച്ച് അമ്മയെ നോക്കി തല കുലുക്കി.

ആടിയുലയുന്ന നാളത്തിന്റെ ഇത്തിരി ദൂരവെട്ടത്തിൽ അമ്മ നടന്ന് പോകുന്നത് അവൾ കണ്ടു. എവിടെനിന്നോ വന്ന ചെറിയ കാറ്റ് അപ്പോഴും നാളത്തെ കെടുത്താനുള്ള ശ്രമം നടത്തിക്കൊണ്ടിരുന്നു. എന്നിട്ടും നാളം കെടാതെ കരുത്താർജ്ജിച്ചു പിടിച്ചുനിന്നു.

കാറ്റിന് ദേഷ്യം വന്നിട്ടോ, എന്തോ കരുത്തോടെ വീശിയടിച്ചു. ആടിയുലഞ്ഞ നാളം കാറ്റിന്റെ ശക്തിയിൽ പിടിച്ചുനിൽക്കാനാവാതെ അണഞ്ഞു.

“അമ്മേ...” അവൾ വിളിക്കാനൊരുങ്ങിയെങ്കിലും പുറത്ത് വന്നത് കരടി മുരളുന്ന ശബ്ദം. ശ്വാസനാളത്തിൽ ചോര തളംകെട്ടി നിന്നിരുന്നു.

നിങ്ങൾ കേൾക്കുന്നുണ്ടോ ആ ശബ്ദം? ഞാൻ കേൾക്കുന്നുണ്ട്. അല്ല, കേട്ടിരുന്നു. കാരണം കുറച്ച് മുമ്പുവരെ ആ ശരീരത്തിൽ ഞാനുമുണ്ടായിരുന്നു. ഇപ്പോൾ നിശ്ശബ്ദമാണ്. കനത്ത ഇരുട്ട് നിശ്ശബ്ദതയുടെ പുതപ്പുകൊണ്ട് അവളെ പൊതിഞ്ഞിരിക്കുന്നു. കാരണം അവൾ വിവസ്ത്രയാണ്. അതു മാത്രമല്ല അവളുടെ ശരീരത്തിലേക്ക് പടർന്ന് കയറുന്ന തണുപ്പിനോട് ചൂട് കലഹിക്കാൻ തുടങ്ങിയിരിക്കുന്നു.

ആളിക്കത്തുന്ന റാന്തലിനരികെ ആരോ കിടക്കുന്നു. ആ വെളിച്ചത്തിൽ തിളങ്ങുന്ന വെള്ളിക്കൊലുസ്സ്.

കുറച്ചകലെ എന്തോ തിളങ്ങുന്നു. അതിൽ മാംസം അരഞ്ഞിരിക്കുന്നു. ചാക്കുക്കെട്ടുകൾക്ക് മീതെ ചോര പടരുന്നു.

വെള്ളിക്കൊലുസ്സിനടുത്ത് കിടക്കുന്ന സ്ത്രീയെ ആരൊക്കെയോ ചേർന്ന് താങ്ങിപ്പിടിച്ചുകൊണ്ട് പോവുന്നു. ഒരു ശരീരം സ്ട്രച്ചറിൽ കിടത്തി കൊണ്ടുപോവുന്നു. അത് എന്റെ ശരീരമല്ലേ..!!

അതെ, അതെന്റെ ശരീരമാണ്. കാരണം ആ കാലിൽ അമ്മ കഴിഞ്ഞ ഓണത്തിന് മേടിച്ചുതന്ന കൊലുസുണ്ട്.

ദൂരെ ഒരു കത്തിത്തിളക്കം!! ലിംഗം ഛേദിക്കാനായിരിക്കുമോ?

അല്ല. ഛേദിക്കുന്നത് കോഴിത്തലയാണ്. പക്ഷേ അടുത്ത കാഴ്ചയ്ക്ക് തലയില്ല. വെറുമൊരു മാംസപിണ്ഡം.

* * *

**അ**തൊരു ആശുപത്രിയാണ്. ബെയ്സിനിലേക്ക് ചോരയിൽ പൊതിഞ്ഞ മാംസപിണ്ഡം വന്നുവീണു. തീയ്യറ്ററിന്റെ മൂലയിലെ വേസ്റ്റ് ബാസ്കറ്റിലേക്ക് അവ നിക്ഷേപിക്കുന്നു.

നിലവിളികളും ആർത്തനാദങ്ങളും എന്നെ ആ കാഴ്ചയിൽ നിന്നുണർത്തി ഓടിക്കൊണ്ടിരിക്കുന്ന ബസ്സിലേക്കും ജീപ്പിലേക്കും ഒറ്റമുറി വീട്ടിലേക്കും ആരാധനാലയങ്ങളിലേക്കും തിരിച്ചു വിട്ടു.

ഒറ്റമുറി വീട്ടിലെ കുത്തിക്കീറിയ വയറിന് പുറത്തേക്ക് വീണു കിടക്കുന്ന കുടൽമാലയിലും ചോരയിലും ചവിട്ടിയിറങ്ങിയ നായയുടെ മുഖമുള്ള ജീവിക്ക് പക്ഷേ മനുഷ്യന്റെ ശരീരമായിരുന്നു.

* * *

**ഇ**രുട്ടിന്റെ മറവിലൂടെ സഞ്ചരിച്ച് അവർ പോകുന്നത് ഒരു അമ്പലത്തിലേക്കാണ്. കറുത്ത കല്ലുകൾക്ക് മുന്നിൽ കത്തിച്ച് വച്ച നിലവിളക്കിന്റെ ശോഭയിൽ നിലത്ത് പരിപൂർണ്ണ നഗ്നയായ ഒരു പെൺകുട്ടി. ഇവൾ എന്ത് തെറ്റ് ചെയ്തു?

ഇവൾക്ക് ഉന്തിനിൽക്കുന്ന മാംസങ്ങളില്ലല്ലോ? മുലക്കണ്ണ് പോലും മുളച്ചിട്ടില്ലല്ലോ? ചുറ്റിലും നിൽക്കുന്നവർക്ക് അപ്പോൾ പക്ഷേ നായയുടെ മുഖമായിരുന്നില്ല. അവർക്ക് മനുഷ്യന്റെ ശരീരവും പശുവിന്റെ മുഖവുമായിരുന്നു.

കുത്തുവിളക്കിന്റെ ശോഭയിൽ കുട്ടിയുടെ നെറ്റിയിലെഴുതിയ തെറ്റ് ഞാൻ കണ്ടു: “ഇവൾ പശുവിനെ കൊല്ലുന്ന മുസ്ലിം.”

അഹിന്ദുക്കൾക്ക് പ്രവേശനമില്ലാത്ത ആ കരിങ്കൽകോട്ടയിൽ നിന്നും പുറത്ത് കടന്ന അവർ ഗംഗയിൽ സ്നാനം ചെയ്തശേഷം കൈകൾ നീട്ടി പിടിച്ചു.

“ഗോപാലകനായ ശ്രീകൃഷ്ണനെ സ്മരിച്ച് ഈ പ്രതിജ്ഞ ചെയ്യുന്നു. പശുവിന്റെ തിളക്കമാർന്ന കണ്ണുകളിൽ സൂര്യ ചന്ദ്രന്മാരും കാലുകളിൽ മഹാവിഷ്ണുവും പിൻഭാഗത്ത് ലക്ഷ്മിദേവിയും കുടി

കൊള്ളുന്നു. ഗോമാംസം ഭക്ഷിക്കുമ്പോൾ ഈ ദേവതകൾ കൊല ചെയ്യപ്പെടുന്നു. ഇതു തന്നെയാണ് ഭാരതാംബയുടെ ദൗർഭാഗ്യവും. ദൈവഭൂമിയായ ഭാരതത്തെ കൈപിടിച്ചുയർത്താനുള്ള കടമ നമ്മളിൽ നിക്ഷിപ്തമായിരിക്കുകയാണ്. ഇവിടെ ഇന്ന് നടന്നു വരുന്ന ഹീനമായ മാംസകയറ്റുമതിയും ഗോഹത്യയും അവസാനിപ്പിക്കാൻ കഴിഞ്ഞ എഴുപത്തൊന്ന് തലമുറകളായി നേടിയ പുണ്യം അക്ഷണം നിലനിർത്തുന്നതിനും ക്രിയാത്മകപ്രവർത്തനങ്ങൾ ആരംഭിക്കുകയും സഹകരണ മനോഭാവത്തോടെ നമ്മുടെ സാംസ്കാരിക പൈതൃകത്തെ ലോകരാഷ്ട്രങ്ങൾക്കുമുന്നിൽ ഉയർത്തിപ്പിടിക്കുകയും ഗോമാംസം ഭക്ഷിക്കാതെ ഇരിക്കുകയും ഗോമാംസ ഭോജികളെ നിരുത്സാഹപ്പെടുത്തുമെന്നും ഭഗവാൻ ശ്രീകൃഷ്ണന്റെ നാമത്തിൽ ഞാൻ പ്രതിജ്ഞ ചെയ്യുന്നു."

"ഗോമാതാ കീജയ്..."

"ഗോമാതാ കീജയ്."

നീട്ടിപ്പിടിച്ച കൈകളിലേക്കവർ ആയുധങ്ങൾ ധരിച്ചു. കാലുകൾ നീട്ടിവച്ച് അവർ അതിവേഗം നടന്നു. ദാരിദ്ര്യം മേഞ്ഞ കുടിലിലേക്കവർ അതിക്രമിച്ച് കയറി. പേടിച്ചരണ്ട വൃദ്ധനുനേരെ അവർ ആയുധം വീശി.

"ഗോമാതാ കീജയ്..."

"ഗോമാതാ കീജയ്...."

അവർ ആയുധം അരയിൽ തിരുകി നടന്നുപോയി. വൃദ്ധന്റെ നെറ്റിയിലും അതുതന്നെ എഴുതിയിരുന്നു:

"ഇവർ പശുവിനെ കൊല്ലുന്ന മുസ്ലിം."

"വെള്ളം വെള്ളം..." വൃദ്ധൻ വായ തുറന്നു.

ഒറ്റമുറി വീട്ടിലെ എന്റെ വായിലേക്ക് ആരോ മദ്യമൊഴിച്ച് തന്നു.

"എനിക്ക് ദാഹിക്കുന്നു. എന്റെ ശരീരം വെളുത്ത കോട്ടുകളിട്ടവർ ചേർന്ന് കീറിമുറിക്കുന്നു."

തൊട്ടപ്പുറത്ത് കറുത്ത കോട്ടുകളിട്ടവർ നിയമത്തെ തലനാരിഴ കീറി മുറിച്ച് ഇരയെ രക്ഷപ്പെടുത്താനുള്ള അവസാന ശ്രമത്തിലാണ്.

പരാജയം!

പരാജയം!!

വെളുത്ത കോട്ടുകാർ അലക്ഷ്യമായി എന്റെ ശരീരം തുന്നാൻ തുടങ്ങിയിരിക്കുന്നു.

* * *

എനിക്ക് വീണ്ടും ദാഹം തുടങ്ങിയിരിക്കുന്നു. ഒറ്റമുറി വീട്ടിലും തുണികൊണ്ട് മറച്ച് ചെറിയ കൂരയിലും കുറ്റിക്കാട്ടിനടുത്തുള്ള ചെറിയ പന്തലിട്ട വീട്ടിലും നിറഞ്ഞ് നിൽക്കുന്ന ആളുകൾക്കിട യിൽ ഞാനെന്റെ അമ്മയെ തിരഞ്ഞു; കണ്ടില്ല. മറന്നുപോയ അമ്മ യുടെ മുഖം ഞാനോർത്തെടുക്കാൻ ശ്രമിച്ചു.

കാറ്റ് വന്ന് അണയാറായ ഒരു നാളത്തിനപ്പുറം ഞാൻ കണ്ട മുഖം; അത് അമ്മയല്ല. പിന്നാര്?

അനുസരണയോടെ വരിയിൽനിന്ന് നീട്ടിയ പിഞ്ഞാണത്തി ലേക്ക് മാംസസക്കഷ്ണങ്ങളും ചോരയും വന്ന് നിറഞ്ഞു. ചോര യിൽ മുങ്ങിയ മാംസക്കഷ്ണങ്ങളിൽ വെറ്റിലക്കറ പുരണ്ട പല്ലു കൾ.

ആ... മുഖം...!! അതെ ആ മുഖമാണ് ഞാൻ കണ്ടത്!!!

ജീവനില്ലാത്ത കരിങ്കൽ ചീളുകൾക്ക് മുകളിൽ ചുവന്ന ചാക്കിൽ കെട്ടുകൾക്കരികെ മുകളിലേക്ക് നോക്കി ആരോ കരയുന്നു.

“അതെ! ഞാൻ തിരയുന്ന മുഖം!”

ഭൂമി കുലുങ്ങുന്ന ശബ്ദത്തെയും അവഗണിച്ച് സഹോദരങ്ങളുടെ കൂടെ മുലകുടിച്ചത് എനിക്കോർമ്മ വരുന്നു.

അതുപോലത്തെ ഒരു ഘോര ശബ്ദം കേട്ടപ്പോഴല്ലേ എനിക്ക് ദാഹം തോന്നിയതും ഞാൻ വായ തുറന്നതും. പക്ഷേ എന്താണ് തനിക്ക് സംഭവിച്ചത്?!

ദാഹം തോന്നിയപ്പോൾ വായ തുറന്ന എന്റെ കഴുത്തിന് മുകളി ലൂടെ കയറിയിറങ്ങിയ യന്ത്രം അതെന്താണ്?

ഏതോ മൾട്ടി നാഷണൽ കോസ്മെറ്റിക് കമ്പനിയിലെ വലിയ യന്ത്രത്തിനടിയിൽ കിടന്നരയുകയായിരുന്നു ഞാനപ്പോൾ.

മാംസക്കഷ്ണങ്ങൾ കടിച്ചുവലിക്കുന്ന വെറ്റിലക്കറ പുരണ്ട ആ പല്ലുകൾ തന്നെയല്ലേ കുറ്റിക്കാട്ടിൽ തന്റെ ശരീരത്തിലേക്ക് തുളഞ്ഞു കയറിയത്.

എനിക്ക് വീണ്ടും ദാഹിക്കുന്നു!! അമ്മയുടെ പാൽ വന്ന് വീർത്ത മുലകളിൽ എനിക്ക് ആർത്തി തോന്നിത്തുടങ്ങിയിരിക്കുന്നു.

■

# ഗംഗ

ഉയർന്നു വരുന്ന സൂര്യന് ഇന്ന് പതിവിലധികം ചൂടുണ്ടെന്ന് അയാൾക്ക് തോന്നി. അയാൾ എഴുന്നേറ്റ് ടേബിളിൽ വച്ചിരിക്കുന്ന പകുതിയോളം തണുത്ത കോഫികപ്പ് കയ്യിലെടുത്ത് ബാൽക്കണിയിലേക്കിറങ്ങി. ചൂടാറിയ കോഫി ഒരിറക്ക് കുടിച്ചു കസേരയിലിരുന്നു. അയാൾ വിയർക്കുന്നുണ്ടായിരുന്നു.

"ആഹാ! എഴുന്നേറ്റോ? കോഫിയുംകൊണ്ട് വന്ന് ഞാൻ വിളിച്ചപ്പോൾ എഴുന്നേറ്റില്ല. അത് തണുത്തുകാണും. വേറെ കോഫി വേണോ?"

അയാളുടെ ഭാര്യ ബാൽക്കണിയിലേക്കിറങ്ങി വന്നു ചോദിച്ചു.

"വേണ്ട." അയാൾ പറഞ്ഞു.

ചുവന്ന സാരിയിൽ അവരുടെ മഞ്ഞ കലർന്ന മുഖം അവരെ ഒരു സൂര്യനെപ്പോലെ തോന്നിച്ചു. അയാൾ മുഖത്തെ വിയർപ്പ് തുടച്ചു.

"ഇന്ന് ഓഫീസിൽ പോവുന്നില്ലേ?"

"പോവണം." അയാൾ പറഞ്ഞു.

"എന്നാൽ എഴുന്നേറ്റ് വന്ന് കുളിക്കൂ. ഞാൻ ഭക്ഷണമെടുത്ത് വെയ്ക്കാം." അവൾ താഴേക്ക് പോയി.

അയാൾ കുറച്ചു നേരംകൂടി ചുട്ടുപഴുക്കാൻ തുടങ്ങുന്ന സൂര്യനെ നോക്കിയിരുന്നു.

കുളിച്ച് താഴെയെത്തിയപ്പോൾ അവൾ അയാൾക്ക് കഴിക്കാനായി പ്ലേറ്റിൽ ഇഡ്ഡലിയും ചട്ണിയും സാമ്പാറും വിളമ്പി.

"എന്താ കഴിക്കാത്തത്?" തൊട്ടടുത്ത കസേരയിൽ ഇരുന്ന് അവൾ ചോദിച്ചു.

"ഏയ് ഒന്നുമില്ല." അയാൾ ഇഡ്ഡലി പൊട്ടിച്ച് ആദ്യം ചട്ണിയിലും പിന്നെ സാമ്പാറിലും മുക്കി കഴിച്ചു.

“ഏതാ ഇഷ്ടമായത്?”

“രണ്ടിനും വ്യത്യസ്തതയുണ്ട്. നന്നായിട്ടുണ്ട്.” അയാൾ പറഞ്ഞു.

“പുതിയ റെസിപ്പിയാ. യൂട്യൂബിൽ നിന്ന് കണ്ടുപിടിച്ചതാ.” അവൾ ചിരിച്ചു. അയാളും.

“ഇന്നെന്ത് പറ്റി? മുഖം വല്ലാതിരിക്കുന്നു? എന്തെങ്കിലും പ്രശ്നമുണ്ടോ?”

“ഉം. ഓഫീസിൽ ചില്ലറ പ്രശ്നങ്ങൾ.”

“ഉം. എനിക്ക് തോന്നി.” അവൾ പറഞ്ഞു.

അയാൾ ആശ്ചര്യം ലേശം കലരാതെ അവളെ നോക്കി.

“ആവശ്യമില്ലാത്ത പ്രശ്നങ്ങളിലേക്കൊന്നും പോവണ്ട.” അവൾ പറഞ്ഞു.

“ഞാനിന്ന് ലേശം വൈകും. കുറച്ചു ഫയലുകൾ തീർക്കാനുണ്ട്. നീ ഭക്ഷണം കഴിച്ച് കിടന്നോ.”

ഓഫീസിലേക്ക് പോവാൻ ഇറങ്ങി ഷൂവിടാൻ കുനിഞ്ഞപ്പോൾ അയാൾ പറഞ്ഞു.

“ഫ്രണ്ട് ഡോറിന്റെ ചാവി കൈയ്യിലെടുത്തോളൂ.” അവൾ പറഞ്ഞു.

“എന്റെ കൈയിലുണ്ട്.”

അവൾ അയാളുടെ ബാഗെടുത്ത് കാറിൽ വച്ചു. അവളെ കൈ വീശി യാത്ര പറഞ്ഞ് അയാൾ പോയി.

ഓഫീസിലെ ഭക്ഷണമേശയിൽ എന്നത്തേയും പോലെ അയാളുടെ വിഭവങ്ങളായിരുന്നു കൂടുതൽ.

“ചേച്ചിയെ സമ്മതിക്കണം. നേരത്തേ എഴുന്നേറ്റ് ഇതെല്ലാം ഉണ്ടാക്കണ്ണ്ടല്ലോ. സാറ് ഭാഗ്യവാനാ.”

“ഉഷ പറഞ്ഞത് ശരിയാ. എന്റെ ഇഷ്ടമാണ് അവളുടെ ഇഷ്ടം.” അയാൾ പറഞ്ഞു.

“നല്ല ഭക്ഷണമാണ് ഭർത്താവിന്റെ മനസ്സിലേക്കുള്ള എളുപ്പവഴിയെന്ന് അവർക്ക് നന്നായിട്ടറിയാം.”

രവിയുടെ കമന്റ്. എല്ലാവരും അത് കേട്ട് ചിരിച്ചു. അതുവരെ തലയുയർത്തി വർത്തമാനം ശ്രദ്ധിച്ചിരുന്ന ഹരി ചിരിയിൽ ആവുന്നത് ആത്മാർത്ഥത കലർത്താൻ ശ്രമിച്ച് പരാജയപ്പെട്ട് ചോറിലേക്ക് സാമ്പാറൊഴിച്ചു.

“ചേച്ചി നന്നായി പാടും.” ഉഷ പറഞ്ഞു.

“ഒരിക്കൽ വീട്ടില് വന്നപ്പം അടുക്കളേന്ന് മൂളിപ്പാട്ടു കേട്ടു. കുറേ ചോദിച്ചപ്പോൾ രണ്ടുവരി പാടിത്തന്നു. ഹൊ!”

അവൾ അത് ഓർമ്മിച്ച് ആസ്വദിക്കുന്നതുപോലെ കണ്ണുകളടച്ചു.

“പോരെങ്കിൽ അതിസുന്ദരിയും. പിന്നെന്ത് വേണം?!” ഹരി പല്ലുകൾ കാണിക്കാതെ ചുണ്ടുകൾ മാത്രം വിടർത്തി.

“എനിക്ക് മാത്രമേ അവൾ പാടിത്തരാറുള്ളു.”

അയാൾ വിഭവങ്ങൾ എല്ലാവർക്കും പങ്കുവച്ചുകൊണ്ട് പറഞ്ഞു.

“ഞാൻ രാവിലെ മുതൽ ശ്രദ്ധിക്ക്യാ, സാറിനിത് എന്തുപറ്റി? ഒരു മൂഡോഫ്?”

കൈ കഴുകി തുടക്കുന്നതിനിടയിൽ രവി ചോദിച്ചു.

“ഏയ്, ഒന്നുമില്ല. കുടുംബത്തിൽ ചില സ്വത്തുതർക്കങ്ങൾ. അതേക്കുറിച്ചാലോചിക്കുമ്പോൾ...”

“അതൊക്കെ വിടെന്റെ സാറേ. ഇതൊക്കെ എല്ലാർക്കും ഉള്ളതാ.” രവി പറഞ്ഞു.

എല്ലാവരും അവരവരുടെ സീറ്റിലേക്ക് മടങ്ങിയപ്പോൾ അയാൾ പാന്റിന്റെ പോക്കറ്റിൽ നിന്ന് മൊബൈലെടുത്തു.

“ഹലോ...” അങ്ങേ തലയ്ക്കൽ സ്ത്രീശബ്ദം.

“ഇന്നൊന്ന് കാണാൻ പറ്റോ?” അയാൾ ചോദിച്ചു.

“വരാം.”സ്ത്രീ ശബ്ദം. “എവിടെയാ, എത്ര മണിക്ക്?”

“വൈകിട്ട് ആറ് മണിക്ക്. ബീച്ചിൽ.” അയാൾ പറഞ്ഞു.

അവർ പരസ്പരം സംസാരിക്കാതെ കുറേനേരം ഇരുന്നു. നേരം നന്നായി ഇരുട്ടി. ആളുകൾ മിക്കവാറും ഒഴിഞ്ഞുതുടങ്ങി.

“പറയൂ. എന്താ കാണണംന്ന് പറഞ്ഞത്?” അവൾ ചോദിച്ചു.

“നിനക്ക് തിരിച്ച് പോവാറായി, അല്ലേ? നിന്റെ ഭർത്താവ് അന്വേഷിക്കുന്നുണ്ടാവും.”

“ഞാൻ അന്വേഷിക്കാറില്ല, എപ്പോൾ കയറിവന്നാലും. ഇപ്പോൾ അയാൾ എന്നെയും അന്വേഷിക്കാറില്ല. എന്തുപറ്റി? എന്താ കാണണംന്ന് പറഞ്ഞത്?” അവൾ വീണ്ടും ചോദിച്ചു.

“ഒന്നുമില്ല.”

“അതല്ല എന്തോ പ്രശ്നമുണ്ട്?”

“ഏയ് ഒന്നുമില്ല. ഓഫീസിൽ ചില്ലറ പശ്നങ്ങൾ.”

“അല്ല.” അവൾ പറഞ്ഞു.

“നീ പറഞ്ഞത് ശരിയാണ്. അതല്ല പ്രശ്നം. കുടുംബത്തിൽ ചില സ്വത്തുതർക്കങ്ങൾ...”

“അതുമല്ല.” അവൾ പറഞ്ഞു.

അയാൾ ആശ്ചര്യം ലേശം കലരാതെ അവളെ നോക്കി. അവൾ മണലിൽ പതിച്ചുവെച്ച അയാളുടെ കൈയ്യിലേക്ക് തന്റെ കൈ ഇണ ചേർത്തു. അയാൾ അവളുടെ ചുമലിലേക്ക് തല ചായ്ച്ചു. അവൾ അയാളുടെ മുടിയിലൂടെ വിരലോടിച്ചു.

ചുട്ടുപഴുത്ത സൂര്യൻ കടലിന്റെ അഗാധതയിൽ തണുത്തു വിറച്ചു.

■

# യന്ത്രം

"**ഞാ**ൻ കടുത്ത വിഷാദത്തിലേക്ക് പൊയ്ക്കൊണ്ടിരിക്കുകയാണ്. നീ കാരണം, ഒരു വികാരവുമില്ലാത്ത യന്ത്രം."

അയാൾ അവൾ കേൾക്കാൻ പാകത്തിൽ പിറുപിറുത്തു.

അവൾ ചെറുതായൊന്ന് ഞെട്ടി. താനും ഒരു വിഷാദരോഗിയാണെന്നാണല്ലോ അയൽക്കാർ പറയുന്നത്. തന്റെ അഭ്യുദയകാംക്ഷികൾ അത് കൃത്യമായും സ്വല്പം പർവ്വതീകരിച്ചും തന്നോട് പറയാറുണ്ട്. ഇപ്പോഴിതാ, തന്റെ ഭർത്താവും അതുതന്നെ പറയുന്നു. അതും താൻ കാരണം. ഒരുപക്ഷേ അടിച്ചു കോരാത്ത മുറ്റവും ചട്ടിയിലെ ഉണക്കം തട്ടിത്തുടങ്ങിയ ചെടികളും പൂമുഖത്തെ തൂങ്ങിക്കിടക്കുന്ന മാറാലകളും കണ്ടിട്ടാവാം അവരങ്ങനെ പറയുന്നത്. പക്ഷേ തനിക്കങ്ങനെ ഒരു പ്രശ്നവും ഉണ്ടെന്ന് ഇന്നുവരെ തോന്നിയിട്ടില്ല. താൻ വളരെ സന്തോഷവതിയാണ്. മറവിയുണ്ട് ശരിതന്നെ.

ചട്ടിയിലെ ചെടികൾ മാത്രമാണ് ദുരവസ്ഥ അനുഭവിക്കുന്നത്. വെള്ളം കിട്ടാതെ പാവം ഓരോ ദിവസവും മരിച്ചുകൊണ്ടിരിക്കുന്നു. താനെന്തൊരു ദുഷ്ടയാണ്. മണ്ണിലേക്കാഴ്ന്നിറങ്ങി വെള്ളം ശേഖരിക്കാൻ പോലുമാവാതെ അവ തന്നെ ശപിച്ചിട്ടുണ്ടാവണം. ആ ശാപം തനിക്കേറ്റിട്ടുണ്ടാവണം. അതുകൊണ്ടായിരിക്കണം എത്ര ശ്രമിച്ചിട്ടും ജന്മഗൃഹത്തിന്റെ പടിവാതിൽ നനയാത്തതും അതയാളെ പ്രകോപിതനാക്കുന്നതും.

രാവിലെ ഓഫീസിൽ പോകുന്നതുവരെ അയാൾ യന്ത്രത്തെ കുറ്റം പറഞ്ഞുകൊണ്ടേയിരിക്കും. രാത്രി മുഴുവൻ അതിന്റെ പ്രവർത്തനക്ഷമതയെകുറിച്ച് അയാൾക്ക് ഒട്ടും മതിപ്പുണ്ടായിരുന്നില്ല. എണ്ണയില്ലാത്ത യന്ത്രം പലപ്പോഴും അയാളെ പ്രകോപിതനാക്കി.

അന്ന് രാവിലെ പതിവുപോലെ അയാൾ പോയ്ക്കഴിഞ്ഞപ്പോൾ അവൾ മിക്സിയോട് ചോദിച്ചു:

“എന്താണീ വിഷാദം?”

“ആ... എനിക്കറിയില്ല. അരയ്ക്കാനും പൊടിക്കാനുമുള്ള കഴിവ് മാത്രമേ എനിക്കുള്ളു. അതിനപ്പുറം എനിക്കൊന്നുമറിയില്ല.”

അവൾ സംശയം മാറാതെ വാഷിംഗ് മെഷീനോട് ചോദിച്ചു: “എന്താണീ വിഷാദം?”

“എനിക്ക് തുണി കഴുകുവാനും ഉണക്കുവാനുമുള്ള അധികാരം മാത്രം. മറ്റൊന്നും എന്നോട് ചോദിക്കരുത്.” - വാഷിംഗ് മെഷീൻ പറഞ്ഞു.

അവൾ ഇതേ സംശയം ഇൻഡക്ഷൻ കുക്കറിനോടും ചോദിച്ചു.

“അതെന്താണെന്ന് എനിക്കറിയില്ല. സ്വയം ചുട്ടുപഴുത്ത് ഭക്ഷണം പാകം ചെയ്യാൻ മാത്രമേ എനിക്കറിയൂ.”

ആ വീട്ടിലെ എല്ലാ യന്ത്രങ്ങളോടും അവൾ അതേ ചോദ്യം ആവർത്തിച്ചു. അവരാരും ഉത്തരം പറഞ്ഞില്ല. പക്ഷേ, അവരെല്ലാവരും ഒരേ സ്വരത്തിൽ പറഞ്ഞു:

“ഞങ്ങളെയെല്ലാവരെയും നിയന്ത്രിക്കുന്ന നീയാണ് ഈ വീട്ടിലെ ഏറ്റവും നല്ല യന്ത്രം!”

ആദ്യമായി കിട്ടിയ അംഗീകാരത്തിൽ അവൾക്കഭിമാനം തോന്നി. അവൾ തെല്ലഭിമാനത്തോടെ ഏറ്റവും പ്രിയപ്പെട്ട കൂട്ടുകാരിയുടെ അടുത്തേക്ക് പോയി.

“സഖീ ഞാനൊരു കാര്യം ചോദിച്ചാൽ നീയെനിക്ക് ഉത്തരം തരുമോ?”

“ഉം. ചോദിക്കൂ?” തയ്യൽ മെഷീൻ പറഞ്ഞു.

“എന്താണീ വിഷാദം?” അവൾ ചോദിച്ചു.

തയ്യൽ മെഷീൻ ഒന്നും മിണ്ടിയില്ല.

“നീയെന്താ ഒന്നും മിണ്ടാത്തത്?” അവൾ ചോദിച്ചു.

“നീ ആ അവസ്ഥയിലൂടെ കടന്നു പൊയ്ക്കൊണ്ടിരിക്കുകയാണ്. ഇപ്പോൾ അതിന്റെ അവസാന പടിയിലാണ്.” തയ്യൽ മെഷീൻ പറഞ്ഞു. അവൾ ഞെട്ടി.

“അത് മനുഷ്യർക്ക് വരുന്നതല്ലേ?” അവൾ ചോദിച്ചു.

മെഷീൻ പറഞ്ഞു: “അതെ. നീ ഒരു മനുഷ്യനാണ്. നീയൊന്നോർത്ത് നോക്കൂ ഭാര്യയായത്, അമ്മയായത്...”

“ഇല്ല, എനിക്കൊന്നും ഓർമ്മയില്ല.” അവൾ പറഞ്ഞു.

“അതിന് മുമ്പ് ഓർമ്മയുണ്ടോ? ഒരു പൂമ്പാറ്റയെപ്പോലെ പാറി നടന്നത്. അച്ഛന്റെ മാറിൽ പറ്റിച്ചേർന്ന് കഥകൾ കേട്ടുറങ്ങിയത്.

അച്ഛന്റെ കയ്യും പിടിച്ച് തെരുവുകളിലൂടെ നടന്നത്. സഹോദരിമാരുമായി കലഹിച്ചതും സ്നേഹിച്ചതും. സ്വപ്നത്തിൽ രാജകുമാരനെ പ്രണയിച്ചത്. ഓർമ്മയില്ലേ നിനക്ക്?"

"ഉം. ഓർമ്മ വരുന്നുണ്ട്." അവൾ പറഞ്ഞു.

"നിന്റെ സ്വപ്നത്തിലെ രാജകുമാരനെത്തന്നെ നിനക്ക് കിട്ടിയില്ലേ?"

"ഉം. കിട്ടി. പക്ഷേ... പക്ഷേ... അതിനു ശേഷമാണോ ഞാൻ യന്ത്രമായത്?"

"നീ യന്ത്രമല്ല. മനുഷ്യനാണ്. ഞാനത് തെളിയിക്കാൻ പോവുകയാണ്." മെഷീൻ പറഞ്ഞു.

പെട്ടെന്ന് അവളുടെ കയ്യൊന്ന് തെന്നി. സൂചി അവളുടെ നഖത്തിന് ഉള്ളിലൂടെ പച്ചമാംസത്തിലേക്ക് ആഴ്ന്നിറങ്ങി. വെള്ളതുണിയിലേക്ക് അവളുടെ ഏറ്റവും പ്രിയപ്പെട്ട നിറം വേരുകൾ ഇണചേർന്ന് നിറയെ ശിഖിരങ്ങളുള്ള വൻ വൃക്ഷമായി മാറി. അവളുടെ കവിളിലൂടെ ഒലിച്ചിറങ്ങിയ വെള്ളത്തുള്ളികൾ ശിഖിരത്തിൽ വീണ് അതവിടെ കായപോലെ തോന്നിച്ചു.

അവൾ കൈത്തലം നെഞ്ചോട് ചേർത്തു. അവിടെ വികാരവിചാരങ്ങളെ നിയന്ത്രിക്കുന്ന ഒരു യന്ത്രം വിശ്രമമില്ലാതെ പ്രവർത്തിച്ചുകൊണ്ടിരുന്നു.

■

# അസ്തമയം

“നമ്മളെത്ര കാലമായി ആഗ്രഹിക്കുന്നു ഈ കൂടിച്ചേരൽ.”

മണൽത്തരികൾ കാറ്റിനഭിമുഖമായി പിടിച്ച് അവൾ ഹരിക്ക് നേരെ പറത്തി വിട്ടു.

“നിനക്ക് കുറുമ്പ് കുറച്ചു കൂടുന്നുണ്ട്. ന്റെ കണ്ണില് കരടായി.” അയാൾ കണ്ണ് പൊത്തി പിടിച്ചു.

“നോക്കട്ടെ.” അവൾ അവന്റെ കൈ മാറ്റി കണ്ണിലേക്ക് സൂക്ഷിച്ച് നോക്കി: “ദേ, എന്റെ മുഖം തെളിയുന്നു കൃഷ്ണമണിയിൽ.” അവൾ ചിരിച്ചു.

“തമാശ പറയാതെ ഇതൊന്ന് മാറ്റിത്താടി...” അയാൾ പറഞ്ഞു.

“ഞാനായിട്ടുണ്ടാക്കിയ കരടല്ലേ? ഞാൻ തന്നെ മാറ്റിത്തരാം.”

അവൾ തന്റെ ചുരിദാറിന്റെ ഷാൾ തിരി പോലെയാക്കി കരട് വീണ് ചുവന്ന കൺതടത്തിൽ കുതിർന്ന് ഒളിച്ച് കിടന്നിരുന്ന മണൽത്തരിയെ തുഴഞ്ഞ് തുഴഞ്ഞ് കരക്കെത്തിച്ചു.

“ചെറുതാണെങ്കിലും കരട് കരട് തന്നെ. ശ്രീ അത് ഒഴിവാവുന്നതുവരെ അസ്വസ്ഥത തന്നെ.”

അവൾ പെട്ടെന്ന് ഹരിയിൽനിന്ന് കണ്ണുകൾ പിൻവലിച്ച് തണുത്ത വെള്ളത്തിലേക്ക് ആർത്തിയോടെ ആഴ്ന്നിറങ്ങാൻ വരുന്ന ചുവന്ന തീക്കട്ടയിലേക്ക് ശ്രദ്ധ തിരിച്ചു. ആ ചുവപ്പുനിറം അവളുടെ മുഖത്തും ജ്വലിച്ചു.

“ഹരി ശ്രദ്ധിച്ചിട്ടുണ്ടോ? തിരകൾ ഓരോ പ്രാവശ്യവും നമ്മൾക്കടുത്തെത്താൻ ശ്രമിച്ചുകൊണ്ടിരിക്കുകയാണ്. കുറച്ചുനേരം കഴിഞ്ഞാൽ അവ വിജയിക്കും.” അവൾ പറഞ്ഞു.

“തിരയെണ്ണാനാണോ എന്നോട് വരാൻ പറഞ്ഞത്?” ഹരി ചോദിച്ചു.

"അല്ല അസ്തമയം കാണാൻ. ഹരിക്കറിയാമോ ഒരു കാമുകിയായി അസ്തമയം കാണുന്നത് ആദ്യമായിട്ടാണ്. അതും മുപ്പത്തിയൊമ്പതാമത്തെ വയസ്സിൽ രണ്ടു കുട്ടികളുടെ അമ്മയായ ശേഷം." അവൾ ചിരിച്ചു.

"കടലിന്റെ നക്ഷത്രം ചോതിയാണ്. ചോതിനാളുകാരെ കടലമ്മ കൊണ്ടുപോവും. കുഞ്ഞു മനസ്സിൽ ആരോ കോറിയിട്ടതാണ്. എന്റെ അച്ഛനെ കടലമ്മ കൊണ്ടുപോയാലോ എന്ന പേടിയായിരുന്നു കുഞ്ഞുന്നാളിൽ. അന്നൊന്നും അസ്തമയം ആസ്വദിക്കാൻ കഴിഞ്ഞില്ല. ഭാര്യയായി ഒരിക്കലും വരേണ്ടി വന്നിട്ടില്ല."

അവന്റെ കൃഷ്ണമണിയിൽ തന്റെ മുഖം തേടുന്നതിന് പകരം അവൾ വീണ്ടും ആ തീക്കട്ടയിലേക്ക് നോക്കി ദീർഘനിശ്വാസമയച്ചു.

"പിന്നെ വന്നത് അമ്മയായിട്ടാണ്. ആധി വിട്ടൊഴിയാത്തതുകൊണ്ട് ആസ്വദിക്കാൻ കഴിയാത്ത അസ്തമയം വീണ്ടും ബാക്കി."

ഇപ്രാവശ്യം തിര അവരുടെ കാലുകൾക്ക് മുകളിലൂടെ പതഞ്ഞ് തിരിച്ചുപോയി.

"ഹരിക്ക് ബുദ്ധിമുട്ടായോ ഞാൻ വരണമെന്ന് പറഞ്ഞ് വിളിച്ചപ്പോൾ?"

"ഏയ് ഇല്ല. വിദ്യ ചോദിച്ചു, എങ്ങോട്ടാണെന്ന്. ഒരു ഫ്രണ്ടിനെ കാണാനാണെന്ന് പറഞ്ഞ് തടിതപ്പി. പാവം വിശ്വസിച്ചു."

"ഹരി ഒരുപാട് ബുദ്ധിമുട്ടുന്നു എനിക്കും വിദ്യയ്ക്കും ഇടയിൽ."

"ഏയ്... ഇല്ല." അയാൾ മറുപടി പറയാൻ താമസിച്ചു.

"വിദ്യ സുന്ദരിയാണോ?"

അയാൾ പാന്റിന്റെ പോക്കറ്റിൽ നിന്ന് മൊബൈലെടുത്ത് അതിസുന്ദരിയായ ഒരു യുവതിയുടെ ഫോട്ടോയെടുത്ത് അവൾക്ക് നേരെ നീട്ടി.

"വേണ്ട എനിക്ക് കാണണ്ട." അവൾ പറഞ്ഞു.

"സുന്ദരിയാണ്, എല്ലാറ്റിലുമുപരി എന്നെ നന്നായി മനസ്സിലാക്കിയവളാണ്. എന്തും തുറന്നുപറയാവുന്ന ഒരു സുഹൃത്ത്."

"നീ ഭാഗ്യവാനാണ് ഹരീ."

"നീ പറഞ്ഞത് സത്യമാണ് ശ്രീ. പക്ഷേ അതിനിടയിലും ഞാൻ നിനക്ക് വേണ്ടി സമയം കണ്ടെത്തുന്നു." അയാൾ ചിരിക്കാൻ ശ്രമിച്ചു.

"നിന്നിലേക്കെത്താൻ ഞാൻ ഒരുപാട് ആഗ്രഹിക്കുന്നുണ്ട്. ഞങ്ങൾ തമ്മിലുള്ള സ്വകാര്യനിമിഷങ്ങളിൽപോലും നിന്റെ

സാമീപ്യം ഞാൻ കൊതിക്കുന്നുണ്ട്, ചിലപ്പോ കുറ്റബോധം തോന്നും."

അവൾ കണ്ണടയ്ക്കാതെ ചുവന്ന ബിംബത്തിലേക്കുതന്നെ നോക്കിയിരിക്കുകയായിരുന്നു.

അത് തണുപ്പ് ആസ്വദിക്കാൻ തുടങ്ങിയിരിക്കുന്നു. അവൾക്ക് ഹൃദയത്തിലെവിടെയോ നെരിപ്പോടെരിയാൻ തുടങ്ങിയിരിക്കുന്നു, അവൾ കണ്ണുകൾ ചേർത്തടച്ചു. കൺതടത്തിൽ നിന്ന് പുറത്തേക്കൊഴുകുമായിരുന്ന വെള്ളം ഗതിമാറ്റി എരിയുന്ന നെരിപ്പോടിലേക്ക് അരുവിയായി ഒഴുക്കി വിട്ടു. അവർ എഴുന്നേറ്റു. സൂര്യനു നേരെ നിന്നിരുന്ന അവനഭിമുഖമായി അവൾ നിന്നു.

"നീ നല്ലവനാണ് ഹരീ. കൊടുക്കുന്ന സ്നേഹത്തിന്റെ പകുതിയെങ്കിലും തിരിച്ച് കിട്ടിയിരുന്നെങ്കിൽ ഞാൻ നിന്റെകൂടെ ഇവിടെ ഇരിക്കില്ലായിരുന്നു. എല്ലാം എന്റെ സാർത്ഥത. ഞാൻ പോവട്ടെ ഹരീ. ഇനിയൊരിക്കലും. നമ്മൾ കണ്ടുവെന്ന് വരില്ല. നീയെന്നെ തടയില്ലെന്നെനിക്കറിയാം."

സൂര്യന് പുറംതിരിഞ്ഞാണ് നിൽക്കുന്നതെങ്കിലും അവളുടെ മുഖം ചുവപ്പുനിറത്തിൽ ജ്വലിക്കുന്നതുപോലെ അയാൾക്ക് തോന്നി. അവൾ അയാൾക്ക് പിന്നിലേക്ക് നടന്നു. അവളുടെ ജ്വലിക്കുന്ന മുഖത്തിനെ തണുപ്പിക്കാനെന്നോണം തടാകത്തിൽ നിന്ന് അരുവി ശരിയായ ദിശയിലേക്ക് ഇടമുറിയാതെ ഒഴുകിത്തുടങ്ങി.

■

# ചുവന്ന തിര

**തി**ര നുരഞ്ഞ് പതഞ്ഞ് അവളുടെ ചുവന്ന ചായം തേച്ച നഖങ്ങളുള്ള കാലുകളെ പൊതിഞ്ഞ് പിൻവാങ്ങി. ചുവന്നു തുടുത്ത സൂര്യൻ അമ്മയുടെ മാറിലേക്ക് മുഖം പൂഴ്ത്തി കുളിർമ്മ ആസ്വദിക്കാൻ തുടങ്ങി. അവൾ അക്ഷമയോടെ വാച്ചിലേക്ക് നോക്കി.

അയാൾ എന്നത്തേയുംപോലെ, പറഞ്ഞ സമയം കഴിഞ്ഞ് ഒരു മണിക്കൂറായി. വാശി തീർക്കുകയാണ്. തീർക്കട്ടെ.

കുട്ടികൾ ചെരുപ്പും കാലിയായ പ്ലാസ്റ്റിക്ക് കുപ്പികളും കടലിലേക്ക് വലിച്ചെറിയുന്നുണ്ടായിരുന്നു. കടൽ അതെല്ലാം തിരയുടെ കൈയിൽ തിരിച്ച് കൊടുത്തയച്ചു. വീണ്ടും അവർ കടലമ്മയെ പറ്റിച്ചുകൊണ്ടേയിരുന്നു. ദൂരെനിന്ന് അയാൾ വരുന്നത് അവൾ കണ്ടു. പഴയതുപോലെതന്നെ ഒരു വശം ചെരിഞ്ഞ്. കഴിഞ്ഞ മാസം കണ്ടതിനേക്കാൾ നന്നായിരിക്കുന്നു. അയാൾ അവളുടെ അടുത്തെത്തി.

“കുറേ നേരമായോ വന്നിട്ട്?” തന്നെ പരിഹസിക്കാൻ വേണ്ടിയാണ് ചോദിച്ചതെങ്കിലും ഒരു വാഗ്വാദത്തിന് മുതിരാതെ അവൾ മൂളി.

“ഉം.. എനിക്ക് ധൃതിയുണ്ട്. കുട്ടികൾ വീട്ടിൽ തനിച്ചാണ്.”

“ഹും കുട്ടികൾ...”

അയാൾ ചിരിച്ചുകൊണ്ട് തുടർന്നു: “ആ വിചാരം നിനക്കുണ്ടായിരുന്നെങ്കിൽ ഇവിടെയുള്ള ഈ കണ്ടുമുട്ടലിന്റെ ആവശ്യമില്ലായിരുന്നു.”

“അത് നിങ്ങളുടെകൂടെ കുട്ടികളാണ്. ആ വിചാരം നിങ്ങൾക്കും വേണം. ഞാൻ പിടിച്ചു വച്ചിട്ടൊന്നുമില്ല. എപ്പോൾ വേണമെങ്കിലും കൊണ്ടുപോവാം.”

“അതാണ് നിനക്ക് സൗകര്യം. കാമുകന്മാരുമായി ചുറ്റാൻ.”

"അതെ." അവൾ ദേഷ്യത്തോടെ അയാളെ നോക്കി.

"പുതിയ ഭാര്യയ്ക്ക് അസൗകര്യമില്ലെങ്കിൽ കൊണ്ടുപൊയ്ക്കോളൂ."

"അസൗകര്യമുണ്ട്. അവൾ ഗർഭിണിയാണ്. ഇല്ലെങ്കിലും എന്റെ കൂടെ വരില്ലല്ലോ അവർ. നീ മതീന്നല്ലേ കോടതീ പറഞ്ഞത്."

"അവർക്ക് നിങ്ങളെ പേടിയാണ്."

അയാൾ അവളിൽ നിന്ന് കണ്ണുകൾ പിൻവലിച്ച് നുരഞ്ഞു പതയുന്ന തിരയെ നോക്കി.

"ധൃതിയുണ്ട്." അവൾ വീണ്ടും പറഞ്ഞു.

"ഈ മാസത്തെ ചിലവിനുള്ള പണം ഞാൻ അക്കൗണ്ടിലിട്ടതാണല്ലോ? പിന്നെന്താ?"

"ഈ മാസം ചിലവ് അധികമാണ്. അടുത്ത മാസം ഈ തുക കുറച്ചയച്ചാ മതി."

അയാൾ പഴ്സ് തുറന്ന് രണ്ടായിരത്തിന്റെ നോട്ടുകൾ അവൾക്ക് നേരെ നീട്ടി. അവൾ അത് വാങ്ങി ബാഗിൽ വച്ചു.

"ഞാൻ പോവുന്നു." അയാളുടെ മുഖത്ത് നോക്കാതെ അവൾ പറഞ്ഞു.

അവൾ സ്റ്റെപ്പുകൾ കയറി മുകളിലത്തെ നിലയിലെ മട്ടുപ്പാവിലേക്ക് ചെല്ലുമ്പോൾ, അവൻ ചെടികൾക്ക് വെള്ളം ഒഴിക്കുകയായിരുന്നു. അവൾ വാനിറ്റിബാഗ് കിടക്കയിലേക്കിട്ട് ഫാനിന്റെ സ്വിച്ചമർത്തി. മാറിൽ നിന്ന് സാരി മാറ്റി കിടക്കയിലേക്ക് മലർന്ന് കിടന്നു.

"അയാളെ കണ്ടോ?" അവൻ ചോദിച്ചു.

"ഉം. കാശും കിട്ടി. എനിക്ക് അയാളുടെ മുഖം കാണുന്നത് തന്നെ വെറുപ്പാണ് ശരത്."

"സ്ഥിരം കാണണ്ടല്ലോ വല്ലപ്പോഴുമല്ലേ? സാരമില്ല." അവൻ പറഞ്ഞു.

"കുട്ടികളുടെ മുഖം കാണുമ്പോഴും എനിക്കയാളെ ഓർമ്മ വരും."

"ഇത് മായ്ക്കാൻ നിനക്ക് പറ്റില്ലേ?" അവളുടെ വയറിലെ സ്ട്രെച്ച് മാർക്കിലേക്ക് നോക്കി കൊണ്ട് അയാൾ പറഞ്ഞു. "വൃത്തികേടായിരിക്കുന്നു. ഇത് കാണുമ്പോൾ നീ ഒരമ്മയാണെന്ന സത്യം എനിക്ക് ഓർമ്മവരും."

"അത് സത്യമല്ലേ ശരത്? ഇത് മായ്ച്ചാലും മായ്ക്കാൻ പറ്റാത്ത സത്യങ്ങൾക്ക് ജീവനില്ലേ?'"

“ഇല്ലാതാക്കാൻ പറ്റും മായ്ക്കാനും ജീവനുള്ള സത്യങ്ങളെ മായ്ക്കാതെ നമുക്കൊന്നാവാൻ പറ്റില്ല സൗമ്യാ?”

അയാൾ ചെടിച്ചട്ടിയിലെ അനാവശ്യമായി വളർന്ന് നിൽക്കുന്ന ചെറിയ പുൽനാമ്പുകളെ പിഴുതുമാറ്റിക്കൊണ്ട് പറഞ്ഞു.

“പക്ഷേ എങ്ങനെ?” അവൾ എഴുന്നേറ്റ് സാരി നേരെയാക്കി അവന്റെ അടുത്തേക്ക് ചെന്നു.

“കുട്ടികളെ അയാളുടെ കൂടെ പറഞ്ഞയക്കാൻ ഞാൻ പരമാവധി നോക്കിയതാ. പക്ഷേ അവർ എന്നെ വിട്ട് പോവില്ല. അത് അയാൾക്കുമറിയാം. അയാളത് സൗകര്യമായെടുത്തു.”

“നീയിത്ര വിഡ്ഢിയാണോ സൗമ്യാ? വേണമെന്ന് വിചാരിച്ചാൽ എന്തും സാധിക്കും. കുട്ടികൾ ഉള്ളിടത്തോളംകാലം നമുക്കൊന്നാവാൻ കഴിയുമെന്ന് നീ കരുതണ്ട. പ്രത്യേകിച്ച് നിന്റെ മൂത്ത മകൾക്ക് എന്നെ തീരെ ഇഷ്ടമല്ല. ഒന്ന് തൊടാൻപോലും സമ്മതിക്കില്ല.”

അയാൾ സ്പ്രേബോട്ടിലിലെ കീടനാശിനിയെടുത്ത് ചെടികളുടെ ഇലയിലേക്ക് പല്ലുകൊണ്ട് മുറിഞ്ഞ ചൂണ്ടാണിവിരല് കൊണ്ട് അമർത്തി.

* * *

**നേ**രം ഇരുട്ടി. ചിന്നുമോൾക്ക് പേടിയായിത്തുടങ്ങി.

“അമ്മ ന്താ വരാത്തത്?” ഉണ്ണി ചേച്ചിയോട് ചേർന്നിരുന്ന് ചിണുങ്ങി.

നാലരയ്ക്ക് സ്കൂള് വിട്ട് വന്നാ ആറ് മണി വരെ ചിന്നുവിന് പണിയാണ്. അമ്മ വരുമ്പോഴേക്ക് എല്ലാ പണിയും കഴിച്ച് ചായയും ഉണ്ടാക്കി അമ്മയെ കാത്തിരിക്കും.

“ചേച്ചീ.. ദേ അമ്മ.” ഉണ്ണി ചാടിയെഴുന്നേറ്റു.

“എന്തേ അമ്മ വൈകിയേ?” ചിന്നു ചോദിച്ചു.

“ഓ, ഒന്നുമില്ല. നിങ്ങൾക്ക് കുറച്ച് സാധനങ്ങൾ വാങ്ങാൻ ടൗണിൽ പോയി.”

“അച്ഛനെ കണ്ടോ?” ചിന്നു ചോദിച്ചു.

“ഉം. കണ്ടു കാശും തന്നു. നിങ്ങൾക്ക് വയറു നിറയെ സാധനങ്ങൾ വാങ്ങിത്തരാനും പറഞ്ഞു.”

“അച്ഛനോ?”ചിന്നു അവിശ്വസനീയമായി അമ്മയെ നോക്കി.

“ഉം.” അവൾ മൂളി.

അവൾ ബാഗ് തുറന്ന് ഒരു കവർ പുറത്തെടുത്തു. അതിൽ നിന്ന് സാധനങ്ങൾ ഓരോന്നായി എടുത്തു.

"ഉണ്ണിക്കുട്ടന് ബട്ടർസ്കോച്ച് ഐസ്ക്രീം വേണംന്ന് പറഞ്ഞില്ലെ, ന്നാള്?"

അവൾ അത് ആൺകുട്ടിയുടെ കൈയിൽ കൊടുത്തു.

"ബർഗറും പിസയും ചിന്നൂന്. ന്താ സന്തോഷായോ?" അവൾ ചോദിച്ചു.

"സന്തോഷായോന്നോ?" ചിന്നു കണ്ണുകൾ വിടർത്തി.

"ഇതൊക്കെ അച്ഛൻ വാങ്ങിതരാൻ പറഞ്ഞതാണോ?" ചിന്നു ചോദിച്ചു. "അച്ഛന് അപ്പം ഞങ്ങളോട് സ്നേഹാണോ? ഞങ്ങളെ തല്ലില്ലേ ഇനി?"

"ഇല്ല."

"എന്നാ അച്ഛനെ നമുക്ക് ഇങ്ങട്ട് കൊണ്ടുവരാം. ഇവടെ എടയ്ക്ക് വരണ ആ മാമൻ ചീത്ത്യാ. എനിക്കിഷ്ടല്ല." ചിന്നു നെറ്റി ചുളിച്ചു.

"ഇല്ല. ഇനി വരില്ല."

അവൾ ബാക്കിയുള്ള പലഹാരങ്ങൾ കൂടി കുട്ടികളുടെ കൈയിൽ കൊടുത്തു. അവരത് ആർത്തിയോടെ തിന്നാൻ തുടങ്ങി.

"ന്റെ ക്ളാസിലെ അർജുന് അവന്റച്ഛൻ എടയ്ക്കെടയ്ക്ക് കൊണ്ടു കൊടുക്കും ഈ... ഐശീമ്. അവൻ വീമ്പ് പറയും ന്നോട്. നാളെ ഞാനും പറയും." ഉണ്ണിക്കുട്ടൻ പറഞ്ഞു.

ബർഗർ കഴിക്കുന്നതിനിടയിൽ ചിന്നു അമ്മയെ നോക്കി ചിരിച്ചു. പക്ഷേ അവൾ ചിരിച്ചില്ല.

"അമ്മയ്ക്ക് വേണ്ടേ?" ചിന്നു ചോദിച്ചു.

"വേണ്ട." അവൾ വെറും നിലത്ത് ചുമരും ചാരിയിരുന്നുകൊണ്ട് പറഞ്ഞു.

"അമ്മേ അച്ഛൻ വന്നാ നമുക്കൊരുമിച്ച് കടല് കാണാൻ പോവാം."

ചിന്നു അമ്മയുടെ മുഖത്തേക്ക് നോക്കി. കുട്ടിക്ക് അമ്മയുടെ മുഖം സൂര്യഗ്രഹണസമയത്തെ കറുത്ത വട്ടംപോലെ തോന്നി. കുട്ടി കണ്ണു തിരുമ്മി നോക്കി. "അമ്മേ..." എന്ന് വിളിക്കാൻ ശ്രമിച്ചെങ്കിലും ശബ്ദം തൊണ്ടയിൽ കുരുങ്ങി.

"മ്മേ...." അവൾ കൈ നീട്ടി അമ്മയെ പിടിക്കാൻ ശ്രമിച്ചെങ്കിലും വേച്ച് നിലത്ത് വീണു. കൈകൾകൊണ്ട് നിലത്ത് പരതി. അമ്മയുടെ

കാലിൽ പിടുത്തം കിട്ടി. കുട്ടിക്കൈകൾകൊണ്ട് പതുക്കെ അമ്മയുടെ ശരീരത്തിലേക്ക് അള്ളിപിടിച്ചു കയറി. തന്റെ ചുവന്നു തുടുത്ത മുഖം അമ്മയുടെ മാറിലേക്ക് പൂഴ്ത്തിവച്ചു.

“മ്മാ...” വാക്കുകൾ മുറിഞ്ഞു. ചിന്നു കരഞ്ഞുകൊണ്ട് അമ്മ യുടെ മുഖം തപ്പി. പക്ഷേ.. തടഞ്ഞത് മറ്റൊരു കുഞ്ഞുമുഖമായി രുന്നു.

“കുഞ്ഞാ...” അവൾ അലറി വിളിച്ചു. അമ്മ തന്റെ രണ്ട് മക്ക ളേയും മാറോട് ചേർത്തു. അവളുടെ മാറിലൂടെ വെളുത്ത നുരയും പതയും ചുവപ്പ് നിറത്തോട് ചേർന്ന് മുലഞെട്ടുകളെ ചൂടറിയിച്ച് കൊണ്ട് താഴേക്കൊലിച്ചിറങ്ങി. പതുക്കെ പതുക്കെ നുരഞ്ഞ് പത യുന്ന ചുവന്ന തിര അമ്മയുടെ ചുവന്ന നഖങ്ങളുള്ള കാലുകളെയും സ്നേഹത്തോടെ പൊതിയാൻ തുടങ്ങി.

■

# ചിറകുകൾ

**അ**യാൾ തന്റെ കട്ടിക്കണ്ണടയിലൂടെ വിമാനത്തിന്റെ വിൻഡോ ഗ്ലാസിനുള്ളിൽക്കൂടെ പുറത്തേക്ക് നോക്കി. അശേഷം കനമില്ലാതെ മേഘശകലങ്ങൾ പറന്ന് നടക്കുന്നു. താനും ഇതുപോലെയായിരുന്നു; മുപ്പതാമത്തെ വയസ്സിൽ ശ്രീദേവി തന്റെ ജീവിതത്തിലേക്ക് വരുന്നതുവരെ.

തന്റെ നാടും വീടും വീട്ടുകാരെയും എന്നു വേണ്ട തനിക്ക് സ്വന്തമായുള്ളതെല്ലാം ഉപേക്ഷിച്ച് സ്വന്തമായി വീടോ വീട്ടുകാരോ ജോലിയോ ഒന്നും ഇല്ലാത്ത തന്റെകൂടെ, ഒരു സന്ധ്യാനേരത്ത് അവൾ ഇറങ്ങി വന്നു. അന്ന് താൻ ഒരു കാമുകൻ മാത്രമായിരുന്നു. മകളെ നഷ്ടപ്പെട്ട ഒരു അച്ഛന്റെയും അമ്മയുടെയും വിഷമം മനസ്സിലാക്കാനുള്ള കഴിവ് അന്ന് ഉണ്ടായിരുന്നില്ല. പക്ഷേ ഇന്ന് തനിക്ക് മനസ്സിലാവും. കാരണം താനിന്ന് ഒരു അച്ഛനാണ്.

മീനൂട്ടി എന്ന തന്റെ മീനാക്ഷിക്ക് ഇന്ന് പത്തൊമ്പത് വയസ്സ്. വിവാഹം കഴിഞ്ഞ് പത്ത് വർഷത്തോളം കാത്തിരുന്നു കിട്ടിയ കണ്ണിലുണ്ണി. കല്യാണം കഴിച്ച് ശ്രീദേവിയേയും കൂട്ടി താൻ നേരെ പോയത് വാടകവീട്ടിലേക്കാണ്. ആദ്യത്തെ ഒരു മാസം ഭക്ഷണത്തിനും വസ്ത്രത്തിനും വാടകയ്ക്കും വളരെ കഷ്ടപ്പെട്ടു. തന്റെ അനിയൻ മാധവൻ മാത്രമായിരുന്നു ഏക ആശയം. എല്ലാ കാര്യത്തിനും അവൻ എനിക്കൊപ്പമായിരുന്നു. ഒരു മാസത്തിനുശേഷം ഗൾഫിലേക്ക് വിമാനം കയറി.

ശ്രീദേവിയെ വിട്ട് പോരാൻ മനസ്സുണ്ടായിട്ടല്ല, നിവൃത്തികേട്. ഒരു വീട് പണിയണം. അവളെ പൊന്നുപോലെ നോക്കണം. ഒന്നിനും ഒരു കുറവു വരുത്തരുത്. അന്നൊക്കെ മൂന്നുവർഷം കൂടുമ്പോഴേ നാട്ടിലേക്കു വരാൻ പറ്റുമായിരുന്നുള്ളൂ. ഓരോ പ്രാവശ്യവും പ്രതീക്ഷയുടെ ചിറകിലേറിയാണ് വന്നിറങ്ങുക. പക്ഷേ ഒരു മാസത്തെ ലീവിനുശേഷം തിരിച്ചു വിമാനം കയറുമ്പോൾ സ്വപ്നങ്ങളുടെ ചിറകൊടിഞ്ഞിട്ടുണ്ടാവും.

ചുള്ളിക്കമ്പുകൾ കൂട്ടി വച്ചു കുഞ്ഞു വീടുണ്ടാക്കി. കൂട്ടിൽ തള്ളക്കിളി ഒറ്റയ്ക്കായി. കുഞ്ഞിക്കിളിക്കു വേണ്ടിയുള്ള കാത്തിരിപ്പ് വിഫലമായില്ല. അങ്ങനെ നാല്പതാമത്തെ വയസ്സിൽ താനൊരു അച്ഛനായി.

കുഞ്ഞുണ്ടായി മുപ്പതാമത്തെ ദിവസം തിരിച്ചു പോന്നു. പിന്നെ അവളെ കാണുന്നത് മൂന്നാമത്തെ വയസ്സിലാണ്. അന്ന് താൻ വിമാനം ഇറങ്ങി അവളെ കാണാൻ ഓടി വന്നു. പക്ഷേ അവൾ അമ്മയുടെ ചുമലിലേക്ക് തല പൂഴ്ത്തി. തന്നെ തൊടാൻ സമ്മതിച്ചില്ല. എന്നാലും താൻ അടർത്തിയെടുത്തു. തുരുതുരാ ഉമ്മ വെച്ചു. അവൾ വാവിട്ടു കരഞ്ഞു. അമ്മയുടെ നേരെ കൈ നീട്ടി. പിന്നെ ഒരാഴ്ച കഴിഞ്ഞാണ് ഇണങ്ങിയത്. പിന്നെ തിരിച്ചുപോകുമ്പോൾ ശ്രീദേവി അവളെ എന്നിൽ നിന്നടർത്താൻ പാടുപെട്ടു. അവൾ അച്ഛാ... അച്ഛാ... എന്നു വിളിച്ച് കരഞ്ഞു.

അയാൾ ദീർഘനിശ്വാസമയച്ച് വിൻഡോഗ്ലാസിനുള്ളിലൂടെ പുറത്തേക്ക് നോക്കി. കാഴ്ച മങ്ങിയതുപോലെ തോന്നിയപ്പോൾ അയാൾ കണ്ണട ഊരി തുടച്ച് തിരിച്ചുവെച്ചു. വീണ്ടും മങ്ങൽ. താനെന്തൊരു മണ്ടനാണ്. അയാൾക്ക് ചിരി വന്നു. അയാൾ കണ്ണട മാറ്റി ടവ്വൽകൊണ്ട് കണ്ണ് തുടച്ചു. കണ്ണട തിരിച്ചു വച്ചു. വീണ്ടും നോക്കി. അപ്പോൾ കാഴ്ച തെളിഞ്ഞു.

അയാൾ സീറ്റിലേക്ക് ചാരിയിരുന്നു. അവൾക്ക് ആറ് വയസ്സുള്ളപ്പോഴാണ് പിന്നെ വന്നത്. വിമാനമിറങ്ങിയപ്പോൾ അവൾ ഓടി വന്ന് കെട്ടിപ്പിടിച്ചു. പക്ഷേ ആ വരവിൽ തനിക്കവളെ നഷ്ടപ്പെടേണ്ടതായിരുന്നു. അയാൾ നെഞ്ചിടിപ്പോടെ ഓർത്തു.

അവളേയും കൂട്ടി ഭാരതപ്പുഴയിൽ കുളിക്കാനിറങ്ങിയതാണ്. അവളെ കുളിപ്പിച്ച് നിർത്തി താനും കുളിക്കാനിറങ്ങി. അവൾ വെള്ളത്തിലേക്കിറങ്ങിയത് കണ്ടില്ല. ഒഴുക്കിൽപ്പെട്ടു. താനും പിറകെ ചാടി. ആരൊക്കെയോ തന്നെ പിടിച്ച് കരയ്ക്ക് കയറ്റി. മണൽതൊഴിലാളികളാണ് അവളെ രക്ഷിച്ചത്.

അവളെ നഷ്ടപ്പെടുന്നത് ചിന്തിക്കാനേ വയ്യ!

രാത്രിയിൽ ടെറസ്സസിൽ തന്റെ മാറിൽ കിടന്ന് അവൾക്ക് കഥ കേൾക്കണം. രാജാവിന്റെയും മൂന്ന് പെൺമക്കളുടെയും ദോശ തിന്നാൻ കൊതിക്കുന്ന രാക്ഷസന്റെയും അമ്മക്കിളിയെ അനുസരിക്കാത്ത കുഞ്ഞിക്കിളിയുടെയും... കുഞ്ഞിക്കിളിയുടെ കഥ അവൾക്ക് നല്ല ഇഷ്ടമാണ്.

“അച്ഛാ, ഒന്നൂടെ പറയോ കുഞ്ഞിക്കിളിയുടെ കഥ?” അവൾ ചോദിക്കും. താൻ വീണ്ടും പറയും.

“ഒരിടത്തൊരിടത്ത് ഒരു തള്ളക്കിളി കൂടുകൂട്ടി മുട്ടയിട്ടു. അടയിരുന്ന് മുട്ട വിരിയിച്ചു. പകൽ തള്ളക്കിളി ഇര തേടി പോവും. എന്നിട്ട് കുഞ്ഞിക്കിളിക്ക് തീറ്റ കൊണ്ടുവന്ന് കൊടുക്കും. അങ്ങനെയങ്ങനെ കുഞ്ഞിക്കിളിക്ക് കുഞ്ഞിച്ചിറകുകൾ വിരിഞ്ഞു. തള്ളക്കിളി എന്നും പറയും:

“പുറത്തേക്കിറങ്ങരുത്. നിനക്ക് പറക്കാറായിട്ടില്ല. ചിറക് തളരും.”

ഒരുദിവസം അമ്മക്കിളി തീറ്റ തേടിപ്പോയപ്പോൾ കുഞ്ഞിക്കിളിക്കൊരു മോഹം. പറന്ന് നോക്കിയാലോ?!

കുഞ്ഞിക്കിളി കൂടിന് പുറത്തിറങ്ങി. പതുക്കെ ചിറക് വിരിച്ചു പറന്ന് നോക്കി. അതിന് സന്തോഷമായി. തനിക്ക് പറക്കാൻ കഴിയുന്നുണ്ട്. അവൾ ആകാശത്തേക്ക് ചിറകുകൾ വിടർത്തി പറന്നു. കുറച്ച് കഴിഞ്ഞപ്പോഴേക്കും ചിറക് തളർന്ന് അത് താഴെവീണു. അപ്പോഴാണ് കുഞ്ഞിക്കിളിക്ക് അമ്മയുടെ ഉപദേശം മനസ്സിലായത്.”

കഥ അവസാനിക്കുമ്പോഴേക്ക് അവൾ ഉറങ്ങിയിട്ടുണ്ടാവും. അപ്രാവശ്യം തിരിച്ച് പോരുമ്പോൾ അവളെയും ശ്രീദേവിയെയും കൂട്ടിയില്ല. മാധവൻ അവന്റെ കാറിൽ എയർപോർട്ടിൽ കൊണ്ടു ചെന്നാക്കി. മീനുട്ടിയുടെ കരച്ചില് കണ്ട് തിരിച്ച് പോവാൻ വയ്യ.

അവൾക്ക് ഒൻപത് വയസ്സുള്ളപ്പോഴാണ് അവസാനം വന്നത്. അവൾ വലുതായി വരുംതോറും ജീവിതച്ചിലവ് കൂടി. ആവശ്യങ്ങൾ കൂടി. അവളുടെ ആഗ്രഹങ്ങളെല്ലാം സാധിച്ച് കൊടുക്കണമെങ്കിൽ താൻ ഇവിടെ നിന്നേ പറ്റൂ. ഇരുപത് കൊല്ലം കൂടിയേ തനിക്കിവിടെ നിൽക്കാൻ പറ്റൂ. അതിനുള്ളിൽ അവളെ വിവാഹം ചെയ്ത് കൊടുക്കാനുള്ളതെല്ലാം ഉണ്ടാക്കണം. അവളുടെ ആഗ്രഹങ്ങളെല്ലാം സാധിച്ച് കൊടുക്കണം. താനവിടെ ഇല്ലെന്ന് അവൾക്ക് തോന്നരുത്. ശ്രീദേവിയോട് താൻ ഇടയ്ക്കിടയ്ക്ക് അത് പറയാറുണ്ട്. നൃത്തത്തിലും പാട്ടിലും പഠിപ്പിലും അവൾ മിടുക്കിയായിരുന്നു.

“ഒന്നേ ഉള്ളൂവെങ്കിലും ചന്ദ്രേട്ടൻ ഭാഗ്യവാനാ.” മാധവൻ ഇടയ്ക്കിടയ്ക്ക് പറയും.

തനിക്കിപ്പോൾ വയസ്സ് അറുപത്. പത്ത് കൊല്ലമായി നാട്ടിലേക്ക് വന്നിട്ട്. തന്റെ പ്രവാസജീവിതം അവസാനിച്ചു. സെക്യൂരിറ്റിയായി ജോലി ചെയ്തിരുന്ന വില്ലയിലെ താമസക്കാർ താൻ യാത്ര പറഞ്ഞപ്പോൾ കരയുന്നുണ്ടായിരുന്നു. ജന്മനാടിനെപോലെ താൻ സ്നേഹിച്ചതായിരുന്നു ഇവിടവും. തന്റെ സമ്പാദ്യമെല്ലാം ഇവിടുന്നുണ്ടാക്കിയതാണ്. താനിന്ന് ഒരു പക്ഷിയുടെ ഹൃദയത്തിലേറി മേഘങ്ങളെ കീറിമുറിച്ചുകൊണ്ട് തന്റെ സ്വർഗഭൂമിയിലേക്ക് ചിറക് വിരിച്ച് പറക്കുകയാണ്. മീനുട്ടി തന്നെ കാത്ത് നിൽക്കുന്നുണ്ടാവും.

അയാളുടെ കാഴ്ച വീണ്ടും മങ്ങി. വിചാരിച്ചപോാലെ എയർ പോർട്ടിന് പുറത്ത് മീനുട്ടി ഉണ്ടായിരുന്നില്ല.

“മോള് വന്നില്ലേ ശ്രീദേവി?”

“അവൾക്ക് നാളെ പരീക്ഷയാ ചന്ദ്രേട്ടാ. കുറേ പഠിക്കാനുണ്ട്. അതാ വരാത്തത്.”

എന്നത്തേയും പോലെ മാധവൻ കരഞ്ഞുകൊണ്ട് കെട്ടിപ്പിടിച്ചു. അവനും നര കയറിയിരിക്കുന്നു. തന്നേക്കാൾ അഞ്ച് വയസ്സ് ഇളയ താണ്.

വീടിന്റെ ഉമ്മറത്ത് തന്നെ പ്രതീക്ഷിച്ച് മീനുട്ടി ഉണ്ടാവുമെന്നാണ് കരുതിയത്. കാറിൽ നിന്നിറങ്ങുമ്പോൾ കണ്ണുകൾകൊണ്ട് പരതി. താനെന്തൊരു മണ്ടനാണ്. പഴയ ഒൻപതുവയസ്സുകാരിയല്ല, തന്നെ കാണുമ്പോൾ ഓടി വരാൻ. അയാൾക്ക് ചിരി വന്നു. കോളിംഗ് ബെല്ലടിച്ചപ്പോൾ പത്തൊൻപതുകാരി വാതിൽ തുറന്നു.

“അച്ഛാ.” അവൾ ഓടി വന്നയാളെ കെട്ടിപിടിച്ചു.

“എന്ത് മാറ്റാ ന്റെ കുട്ടിക്ക്. വല്ല്യാളായി, സുന്ദരിയായി.”

അവൾ നാണം കൊണ്ട് ചുവന്നു.

രാത്രിയിൽ അത്താഴം കഴിഞ്ഞ് ടെറസ്സിലിരിക്കുമ്പോൾ മീനൂട്ടി കയറി വന്നു. പഴയതുപോലെ അവൾ വരില്ലെന്നാണ് കരുതിയത്. അയാൾക്ക് ആശ്വാസമായി. പക്ഷേ താൻ പറയുന്ന കഥ കേട്ടിരി ക്കുന്ന പഴയ കുട്ടിയല്ല. ഇന്ന് അവളാണ് കഥ പറയുന്നത്. നാട്ടി ലെയും കോളേജിലെയും കഥകൾ അവൾ വാതോരാതെ പറഞ്ഞു.

പിറ്റേന്ന് അഞ്ചുമണിക്ക് അമ്പലത്തിലെ ഭക്തിഗാനം കേട്ടാണ് അയാൾ എഴുന്നേറ്റത്. പല്ലു തേച്ച് കുളിച്ച് പൂജാമുറിയിൽ വിളക്ക് കൊളുത്തി വിഷ്ണുസഹസ്രനാമം ചൊല്ലി. ശ്രീദേവിയെ ഉണർത്തി യില്ല. അടുക്കളയിൽ കയറി ചായ വച്ചു. ഒരു കപ്പിലേക്ക് പകർന്ന് ടെറസിലേക്ക് കയറി. ടെറസ്സിൽ ശ്രീദേവി പച്ചക്കറി ഉണ്ടാക്കിയിട്ടു ണ്ടായിരുന്നു. അതിനൊക്കെ കുറച്ച് വെള്ളം ഒഴിച്ച് കൊടുത്തു. ടെറസ്സിലേക്ക് ചാഞ്ഞ് നിൽക്കുന്ന മാവിന്റെ ചില്ലയിൽ ഒരു കുഞ്ഞു കിളിക്കൂട് അയാളുടെ ശ്രദ്ധയിൽപ്പെട്ടു. അതിൽ ഒരു ആൺകിളിയും പെൺകിളിയും ഒരു കുഞ്ഞിക്കിളിയും ഉണ്ടായിരുന്നു.

അയാളെ കണ്ടതും രണ്ടു കിളികളും ചിലച്ച് അപായ ശബ്ദ മുണ്ടാക്കി. കുഞ്ഞിക്കിളി കൂടിനുള്ളിൽ പതുങ്ങിയിരുന്നു. അയാൾ അതിനടുത്തേക്ക് പോവാതെ മാറി നിന്നു. പിന്നീടുള്ള ദിവസങ്ങളി ലൊക്കെ ഇത് പതിവായി. പതിയെ പതിയെ അവർ ചിലയ്ക്കുന്നത്

നിർത്തി. തങ്ങളുടെ ശത്രുവല്ല ഇതെന്ന് അവറ്റകൾക്ക് തോന്നിത്തുടങ്ങിയിരിക്കണം.

പകൽ ആൺകിളിയും പെൺകിളിയും തീറ്റ തേടിപ്പോവും. മീനൂട്ടി കോളേജിൽ പോയാൽ പിന്നെ വരുന്നത് വരെ അയാളുടെ നേരംപോക്ക് ഈ കുഞ്ഞിക്കിളിയായിരുന്നു. അതിന് കുഞ്ഞിച്ചിറകുകൾ മുളയ്ക്കുന്നതേ ഉണ്ടായിരുന്നുള്ളൂ. അത് കൂടിന് പുറത്തേക്കിറങ്ങുകയും ചിറകുകൾ വിരിച്ച് പറക്കാൻ ശ്രമിക്കുകയും ചെയ്യുന്നത് കൗതുകകരമായ കാഴ്ചയായിരുന്നു.

ദിവസങ്ങൾ കടന്നുപോയി. ഒരു ദിവസം വൈകിട്ട് കുഞ്ഞിക്കിളിയുടെ കുസൃതികൾ കണ്ട് നിൽക്കുമ്പോഴാണ് ശ്രീദേവി ഫോണും കൊണ്ടുവന്നത്.

“മാധവേട്ടനാണ്.” അവൾ ഫോൺ അയാൾക്കു നേരെ നീട്ടി. അയാൾ ഫോൺ മേടിച്ച് ചെവിയോട് ചേർത്തു. പതുക്കെ അയാൾ വിയർക്കാൻ തുടങ്ങി. ശ്രീദേവി അടുത്തു നിൽക്കുന്നതുകൊണ്ട് അയാൾക്ക് മൂളാൻ മാത്രമേ പറ്റിയുള്ളൂ.

“എന്ത് പറ്റി ചന്ദ്രേട്ടാ?” ഫോൺ കട്ട് ചെയ്തപ്പോൾ അവൾ ചോദിച്ചു. “എന്തെങ്കിലും പ്രശ്നമുണ്ടോ?”

“ഏയ്, നീയെനിക്ക് കടുപ്പത്തിലൊരു ചായയെടുക്ക്.” അയാൾ പറഞ്ഞു.

അവൾ ചായയുംകൊണ്ട് വന്നപ്പോഴും അയാൾ അതേ ഇരുപ്പ് തന്നെ.

“ഇന്നെന്താ ദിവസംന്ന് ചന്ദ്രേട്ടനറിയോ?” അവൾ ചായക്കപ്പ് അയാൾക്ക് നേരെ നീട്ടി.

“ഫെബ്രുവരി പതിന്നാല് എന്നെ കൊത്തിപ്പറന്ന ദിവസം. ഓർമ്മയില്ലേ?”

“ഉം.” അയാൾ മൂളി.

“ഈ ദിവസം ഇന്ന് പക്ഷേ പ്രണയിക്കുന്നവരുടെ ദിവസമാണ്. ‘വാലന്റെൻസ് ഡേ.’ അന്നൊക്കെ എന്ത് പ്രണയദിനം അല്ലേ ചന്ദ്രേട്ടാ, മുപ്പതുവർഷം. ഹൊ...” അവൾ നെടുവീർപ്പിട്ടു.

പാവം ശ്രീദേവി! എന്നിട്ട് അവൾ ജീവിച്ചോ? ഇല്ല. താനവൾക്ക് എന്ത് സന്തോഷമാണ് നൽകിയത്? ഒന്നും നൽകിയില്ല. പാവം! ഒന്നും അറിയിക്കണ്ട. അവൾക്കത് സഹിക്കാൻ പറ്റിയെന്ന് വരില്ല.

അവൾ താഴേക്ക് പോയിട്ടും എത്രനേരം അങ്ങനെയിരുന്നുവെന്ന് അയാളറിഞ്ഞില്ല.

കുഞ്ഞിക്കിളി ചിറക് വിടർത്തി പറക്കാൻ ശ്രമിക്കുന്നുണ്ടായിരുന്നു. വീഴാൻ പോവുമ്പോൾ കൂട്ടിലേക്കുതന്നെ അള്ളിപ്പിടിച്ച് കയറും. കുറച്ച് കഴിഞ്ഞപ്പോൾ അത് മാവിന്റെ ചില്ലയിലേക്ക് ചാടി. പിന്നെ താഴത്തെ ചില്ലയിലേക്കും. അയാൾ പരിഭ്രമിച്ചു. അതിനെ കൈയെത്തിപ്പിടിക്കാൻ ശ്രമിച്ചു. പക്ഷേ അത് കുഞ്ഞിച്ചിറകുകൾ വിടർത്തി ആകാവുന്ന വേഗത്തിൽ പറന്ന് മരത്തിന്റെ താഴത്തെത്തിയതും എവിടെ നിന്നോ ഒരു കാക്ക അതിനെ കൊക്കിൽ കോരിയെടുത്തു.

അയാൾ ഉറക്കെ ശബ്ദമുണ്ടാക്കിയും കൈയിൽ കിട്ടിയതെല്ലാം എറിഞ്ഞും കാക്കയെ ആട്ടിയകറ്റാൻ നോക്കി. പക്ഷേ കാക്ക അതിനേയുംകൊണ്ട് പറന്നകന്നു. അയാൾക്ക് ഹൃദയം നുറുങ്ങുന്നതുപോലെ തോന്നി. ആൺകിളിയും പെൺകിളിയും തീറ്റയും കൊണ്ടുവരുമ്പോൾ ഒഴിഞ്ഞ കൂട് കണ്ടാൽ എന്താവും അവസ്ഥ?!

അയാൾക്ക് പെട്ടെന്ന് മീനുട്ടിയെ ഓർമ്മ വന്നു. ആറേകാലിന് എത്തേണ്ടതാണ്. സമയം ആറരയായി. എവിടെ എന്റെ കുട്ടി? മനസ്സ് നിറയെ മാധവൻ പറഞ്ഞ വാക്കുകളാണ്.

“മീനൂട്ടിയുടെ പോക്ക് ശരിയല്ല. ഒരു പയ്യനുമായി അവളെ പലയിടത്തുമായി കണ്ടവരുണ്ട്, കോളേജ് സമയത്തുപോലും.”

അയാൾക്ക് വീണ്ടും ഹൃദയം നുറുങ്ങുന്നതുപോലെ തോന്നി. പടിയിൽ കൈകളൂന്നി നീണ്ട ഇടവഴിയിലേക്ക് ദൃഷ്ടിയുറപ്പിച്ച് നിന്നു.

ദൂരെ നിന്ന് അവൾ വരുന്നതു കണ്ടപ്പോൾ അയാൾക്ക് ആശ്വാസമായി. കുറച്ച് കഴിഞ്ഞ് പിറകിൽ ഒരു ബൈക്കിൽ ഒരാൾ അവളോടെന്തോ സംസാരിക്കാൻ ശ്രമിക്കുന്നു. അവൾ തിരിച്ച് പറഞ്ഞ് മുന്നോട്ട് നടന്നു. വീണ്ടും അയാൾ പിന്നാലെ വന്ന് അവളോടെന്തോ പറയുന്നു. ചുറ്റിലും ആളുകൾ കൂടുന്നു.

അയാൾക്ക് കാഴ്ച മങ്ങുന്നതുപോലെ തോന്നി. അയാൾ കണ്ണട ഊരി വിറയ്ക്കുന്ന കൈകളോടെ തുടച്ച് തിരികെ വച്ചു. ഇപ്പോഴും കാഴ്ച ശരിയായിട്ടില്ല. അയാൾ വീണ്ടും വീണ്ടും കണ്ണട തുടച്ചു. ഇല്ല, കാഴ്ച. ശരിയായില്ല.

അയാൾക്ക് ഓടിച്ചെല്ലണമെന്നുണ്ട്. പക്ഷേ ആരാണ് തന്റെ കാലുകൾ പിടിച്ച് വച്ചിരിക്കുന്നത്?! അയാൾ അവരെ സൂക്ഷിച്ച് നോക്കി. ബൈക്കിൽ വന്ന ആളുടെ മുഖം തനിക്ക് നല്ല പരിചയമുണ്ട്. അത്... അത്... താനാണല്ലോ. ആ പെൺകുട്ടി അത് മീനൂട്ടിയല്ല, ശ്രീദേവിയാണ്.

അപ്പോൾ പിന്നെ, “മീനുട്ടീ ഞങ്ങളെ വിട്ട് പോവല്ലേ മോളെ.” എന്ന് കരഞ്ഞ് വിളിച്ച് ഓടി വരുന്നത്? അത്... അതും ശ്രീദേവി യാണല്ലോ!

കാണെക്കാണെ മീനൂട്ടി ഒരു പക്ഷിയായി മാറി. അവൾക്ക് കുഞ്ഞിച്ചിറകുകൾ വിരിഞ്ഞു. അവളെയും കൊത്തിയെടുത്തു കൊണ്ട് ഒരു കാക്ക അയാൾക്ക് മുന്നിലൂടെ പറന്നകന്നു.

■

# മൂടൽമഞ്ഞ്

**അ**ലാറം അടിക്കുന്നതു കേട്ട് അവൾ ഞെട്ടിയുണർന്നു. കൈ നീട്ടി മേശമേൽ തപ്പി. കൈയിൽ തടഞ്ഞ അലാറത്തിന്റെ തലയിൽ അമർത്തി. പിന്നെ കൈനീട്ടി ലൈറ്റിന്റെ സ്വിച്ചമർത്തി, ലൈറ്റ് തെളിഞ്ഞു. ജയേട്ടനും മോനും നല്ല ഉറക്കത്തിലാണ്. സമയം അഞ്ചര. ഉണർത്താൻ മനസ്സ് വന്നില്ലെങ്കിലും അവൾ അയാളെ തട്ടി വിളിച്ചു: "ഏട്ടാ.... ഞാൻ എണീക്ക്യാണ്."

"ഇന്നുതന്നെ പോണോടീ? നാളേയ്ക്ക് മാറ്റിക്കൂടെ?" അയാൾ ചോദിച്ചു.

"പറ്റില്ല ഏട്ടാ, ഒരു കാര്യവുമില്ലാതെ മായ എന്നെ കാണണംന്ന് പറയില്ല്യ. എന്തോ മനസ്സിന് ഒരു സുഖല്ല്യ."

"ശരി പൊയ്ക്കോ...പൊയ്ക്കോ. എന്റെ കാട്ടുകോഴിക്ക് സംക്രാന്തി ഉണ്ടായത് അവള് കാരണാ. അതിനവളോടെനിക്ക് വളരെ നന്ദി യുണ്ട്. അറിയിച്ചേക്ക്."

"പോ അവ്ട്ന്ന്." അവൾ ശുണ്ഠി പിടിച്ച് അയാളുടെ പുറത്തി ടിച്ചു.

ജയേട്ടൻ പറഞ്ഞത് ശരിയാണ്. തന്റെ ജീവിതത്തിൽ ഒരു ചിട്ട വന്നത് മായയെ പരിചയപ്പെട്ടതിനുശേഷമാണ്.

അവൾ, മുടി അഴിച്ച് നെറുകിലേക്ക് കെട്ടിവച്ച് താഴേക്കിറങ്ങി. ഉമ്മറത്തെ വാതിൽ തുറന്നു. മുമ്പ് താൻ അശ്രദ്ധമായി അടുക്കള വാതിലായിരുന്നു തുറന്നിരുന്നത്.

"രാവിലെ ആദ്യം അടുക്കള വാതിൽ തുറന്നാൽ ചേട്ട ഭഗവതി യാവും വീട്ടിലേക്ക് കയറുക. ഉമ്മറത്തെ വാതിൽ തുറന്നാൽ ശ്രീ ഭഗവതിയും. നമ്മുടെ വീട്ടിലേക്ക് ശ്രീ ഭഗവതി കയറണം ചേച്ചീ, ന്നാലെ ഐശ്വര്യണ്ടാവൂ."

മായേടെ ഉപദേശം.

ധൃതിയിൽ പല്ലുതേപ്പും കുളിയും കഴിച്ചു. പൂജാമുറിയിൽ വിളക്ക് കൊളുത്തി. അടുപ്പിൽ തീ കൂട്ടി ചോറിനുള്ള വെള്ളം വച്ചു. അരി കഴുകി അതിൽനിന്ന് രണ്ടുമണി എടുത്ത് അടുപ്പിന് ചുറ്റും മൂന്നു പ്രാവശ്യം ഉഴിഞ്ഞ്, "എന്നും അന്നം കഴിക്കാനുള്ള ഭാഗ്യം തരണേ ചെറുക്കുന്നത്ത് കാവിലമ്മേ" എന്ന് പറഞ്ഞ് അരിക്കലത്തിലിട്ടു.

ധൃതിയിൽ പ്രാതലും ചോറും കറിയും എല്ലാം തയ്യാറാക്കി മേശ മേൽ അടച്ചു വച്ചു. മുറിയിൽ കയറി അലമാര തുറന്നു പാവാടയും ബ്ലൗസും ധരിച്ചു. സാരി തിരയുന്നതിനിടയിലാണ് ജയൻ ചോദിച്ചത്:

"ഇന്നെന്താ ദിവസം?"

"തിങ്കളാഴ്ച." അവൾ പറഞ്ഞു.

"അതായത് തിങ്കളാഴ്ച വ്രതം. ഇന്നും എന്റെ കാര്യം കട്ടപ്പൊക."

"ജയേട്ടൻ ഇങ്ങനെ പറഞ്ഞാൽ മായേടെ ഭർത്താവെന്ത് പറയും. ഞായറാഴ്ച ഒഴികെയുള്ള ദിവസങ്ങളിലൊക്കെ അവൾക്ക് വ്രതമാണെന്ന്."

"പക്ഷേ മെൻസസായാ മൂന്നുദിവസം മാറിക്കിടക്കണത് ഒഴിവാക്കിക്കൂടെ? നിന്നെ കെട്ടിപ്പിടിച്ചല്ലാതെ എനിക്കുറക്കം വരില്ല."

അയാൾ എഴുന്നേറ്റ് അവളുടെ നഗ്നമായ വയറിലൂടെ കൈകൾ ചുറ്റി കഴുത്തിന് പിന്നിൽ ചുംബിച്ചു.

"അയ്യോ, അത് പറ്റില്ല. കൂടെ കിടന്നാലേ ജയേട്ടനന്യാ ദോഷം."

"ആ ദോഷം ഞാനങ്ങ് സഹിച്ചു." അയാൾ അവളെ ഒന്നുകൂടി വരിഞ്ഞ് മുറുക്കി.

"വിട്.. വിട്.. ട്രെയിനിനുള്ള സമയമായി ഞാൻ പോട്ടെ."

"പോകുന്നതൊക്കെ കൊള്ളാം. അവൾടേന്നിനിയും ഒന്നും കൊണ്ടുവരല്ലേ."

"ഉം. നോക്കട്ടെ. പറ്റിയതുണ്ടെങ്കിൽ മാത്രം കൊണ്ടുവരാം."

"വേണ്ടടി. നമുക്ക് പഴേപോലെ തോന്നുമ്പം എഴുന്നേറ്റ്, തോന്നുമ്പം വല്ലതും തിന്ന്, തോന്നിയ പോലെ ജീവിക്കാം."

"പോടാ. തോന്നിവാസി." അവൾ ചിരിച്ചു.

"തല അടച്ച് കെട്ടിക്കോ. പുറത്ത് നല്ല മഞ്ഞുണ്ട്."

ധൃതിയിൽ സാരി ഉടുത്ത് റെയിൽവേ സ്റ്റേഷനിലേക്കുള്ള ബസ് പിടിക്കാനായി ഓടി. പുറത്ത് കനത്ത മൂടൽ മഞ്ഞായിരുന്നു.

ബസ്സിൽ നല്ല തിരക്കായിരുന്നു. തഞ്ചത്തിന് ഒരു സീറ്റ് ഒത്ത് കിട്ടി. സ്ത്രീകൾക്കിടയിലേക്ക് കറുത്ത മുണ്ടും കഴുത്തിൽ മുദ്രയും

ധരിച്ച് മലയ്ക്ക് വേഷം കെട്ടിയ 'വെളിച്ചപ്പാട്' എന്ന് ഓമനപ്പേരുള്ള കണ്ടക്ടർ സ്ത്രീകളെയും കുട്ടികളെയും കെട്ടിയ വേഷത്തിന് നിരക്കാത്തവിധം അസഭ്യം പറഞ്ഞുകൊണ്ടിരുന്നു.

"ചേച്ചീ ടിക്കറ്റ്." അയാൾ കൈ നീട്ടി.

"പട്ടാമ്പി." അവൾ പറഞ്ഞു. അയാൾ ടിക്കറ്റ് അവളുടെ കൈവെള്ളയിൽ വച്ചമർത്തി. വീണ്ടും സ്ത്രീകൾക്കിടയിലേക്ക് ഞെങ്ങി ഞെരുങ്ങി പിന്നിലേക്ക് പോയി.

സ്റ്റേഷനിൽ അധികം തിരക്കുണ്ടായിരുന്നില്ല. പാലക്കാട്ടേക്ക് ടിക്കറ്റെടുത്ത് പ്ലാറ്റ്ഫോമിലേക്ക് നടന്നു. പ്ലാറ്റ്ഫോമിന്റെ റൂഫും കഴിഞ്ഞ് കുറേകൂടി മുന്നിലേക്ക് നടന്ന് ഒരു മരത്തിന്റെ ചുവട്ടിലുള്ള കോൺക്രീറ്റ് ബഞ്ചിൽ ഇരുന്നു. പഴനിയിലേക്കുള്ള ഒരു സംഘം അവളെ കടന്ന് പോയി. അവരുടെ കവിളിൽ ശൂലം തറച്ച പാടുണ്ടായിരുന്നു.

മരത്തിനു താഴെ കോൺ ആകൃതിയിൽ തീർത്ത കുഴിയുടെ വക്കിൽ ചിറകുകളുള്ള ഒരു ഉറുമ്പ് വന്നിരുന്നതും മണ്ണിടിഞ്ഞു ഉറുമ്പ് ആ കുഴിയിലേക്ക് വീണു. ഉറുമ്പ് അതിന്റെ ചിറക് വിടർത്തി പറക്കാൻ ആവുന്നത്ര ശ്രമിച്ചു. പക്ഷേ അതിനനുസരിച്ച് താഴേക്ക് താഴേക്ക് പൊയ്ക്കൊണ്ടിരുന്നു. കുഴിയാന ചെറുതായി പ്രത്യക്ഷപ്പെട്ട് തുടങ്ങി. ഉറുമ്പിനെയും വലിച്ചിഴച്ചുകൊണ്ട് മണ്ണിനടിയിലേക്ക് പോയി.

വണ്ടിയുടെ ചൂളം വിളി കേട്ടപ്പോൾ അവൾ എഴുന്നേറ്റു. അകത്ത് അധികം തിരക്കുണ്ടായിരുന്നില്ല. അവൾ രണ്ട് സ്ത്രീകൾ ഇരിക്കുന്ന സീറ്റിന്റെ നേരെ മുൻപിലത്തെ സീറ്റിൽ ജനലിനോട് ചേർന്നിരുന്നു. മുൻപിലത്തെ സ്ത്രീകളിൽ ഒരാൾ ആഭരണം ധരിച്ചിട്ടുണ്ടായിരുന്നില്ല. അവർ മറ്റേ സ്ത്രീയോട് എന്തൊക്കെയോ സംസാരിച്ചുകൊണ്ടിരുന്നു. തൊട്ടടുത്തിരുന്ന സ്ത്രീ കണ്ണുതുടച്ചും മൂക്കു ചീറ്റിയും സംസാരം. പകുതി താത്പര്യത്തോടെ കേട്ടുകൊണ്ടിരുന്നു. അവരുടെ മുഖത്ത് ദുഖം ഖനീഭവിച്ച് നിന്നിരുന്നു.

"നോക്കൂ, എനിക്ക് ഒട്ടും മുടിയുണ്ടായിരുന്നില്ല. കഷണ്ടി പോലെ വന്നിരുന്നു. അത്ഭുതം! കർത്താവാണെനിക്ക് മുടി തന്നത്. കർത്താവ് അസുഖം മാറ്റുക മാത്രമല്ല, മുടിയാണ് വേണ്ടതെങ്കിൽ മുടിയും തരും." ആഭരണമില്ലാത്ത സ്ത്രീ മറ്റേ സ്ത്രീയോട് പറയുന്നു. പതുക്കെ അരിച്ചരിച്ച് നീങ്ങിയിരുന്ന വണ്ടി അത്യാവശ്യം നല്ല വേഗതയിൽ മുന്നോട്ടു കുതിച്ചു.

അവൾ തല പിന്നിലേക്ക് ചാരി വച്ച് കണ്ണുകളടച്ചു. മനസ്സിലേക്ക് മായയുടെ ചിരിക്കുന്ന മുഖം തെളിഞ്ഞു വന്നു.

തിരുവൈരാണിക്കുളം ക്ഷേത്രത്തിൽ വച്ചാണ് താൻ ആദ്യമായി മായയെ കാണുന്നത്. ക്യൂവിൽ തലകറങ്ങി തൊട്ടു പിറകിൽ നിന്ന എന്റെ ദേഹത്തേക്കാണ് അവൾ വീണത്. മറ്റ് രണ്ടുപേരുടെ സഹായത്തോടെ താങ്ങിപ്പിടിച്ച് കിടത്തി വെള്ളം കൊടുത്തു.

"ഭക്ഷണം കഴിച്ച് തൊഴുതാ ഫലം കിട്ടില്ലാ. ഏഴു മണിക്കൂറായി ക്യൂ നിൽക്കുന്നു. അതോണ്ടാവും."

ഓർമ തെളിഞ്ഞപ്പോൾ അവൾ പറഞ്ഞു. വയറു നിറച്ചു കഴിച്ച് ദർശനത്തിന് ക്യൂ നിൽക്കുന്ന എനിക്ക് അതുകേട്ടപ്പോൾ ജാള്യത തോന്നി. അഞ്ച് തരം പറ വെച്ചിട്ടാണ് അവൾ മടങ്ങിയത്. മഞ്ഞൾ, നെല്ല്, മലർ, പൂവ്, അരി മുതലായ പറകൾ വച്ചാലുള്ള ഐശ്വര്യങ്ങളും അവൾ പറഞ്ഞു തന്നു. അന്നു തുടങ്ങിയ സൗഹൃദമാണ്.

അലസമായ തന്റെ സന്ധ്യാനേരങ്ങളെ ലളിതാസഹസ്രനാമങ്ങളും പഞ്ചാക്ഷരിയും ദേവീസ്തുതികളും ഐശ്വര്യമായി ചാർത്തിയത് അവളാണ്. ഏകദശിക്കും തിരുവാതിരയും മറന്ന് പോവുന്ന എന്നെ വിളിച്ചോർമ്മിപ്പിക്കുന്നതും അവളാണ്.

"ചേട്ടന്റെ വീട്ടുകാർക്ക് ഞങ്ങളോട് ദേഷ്യമാ ചേച്ചി. അവർക്ക് ചാത്തൻ സേവയുണ്ട്. പല രീതിയിലുള്ള ഉപ്രദവങ്ങളുണ്ട് ഞങ്ങൾക്ക്." സൗഹൃദ സംഭാഷണങ്ങളിൽ എപ്പോഴോ അവൾ പറഞ്ഞു.

"ചേട്ടന്റെ വീട്ടുകാർ ചാത്തന് മദ്യവും മാംസവും കാഴ്ചവച്ച് ഞങ്ങൾക്കെതിരെ ദുഷ്കർമം ചെയ്യുന്നുണ്ട്. നമ്മുടെ ജാതകത്തിൽ രാശിചക്രം മാറുന്നതിനനുസരിച്ച് ഈശ്വരാധീനം കുറയുന്നതിന്നതിനനുസരിച്ചാണ് ഈ ചെയ്തുവച്ചതൊക്കെ ഏൽക്കുക." അവൾ പറഞ്ഞു.

"നീ ദൈവ വിശ്വാസിയല്ലേ മായേ, എന്തിനാ ഇതിനെയൊക്കെ ഭയക്കുന്നത്? അതും ഈ കാലത്ത്?"

"സർപ്പദോഷം കൊണ്ടോ കുട്ടികളുണ്ടാവാത്തതെന്ന് വിശ്വസിച്ച് ചികിത്സിക്കാതെ നടക്കണ ഇവളോടാണോ ഊർമ്മിളേ നീയീ പറയുന്നത്?" മായേടെ ഭർത്താവാണ്. ഒരു കണ്ണ് പച്ചപ്ലാസ്റ്റിക് ക്യാപ് കൊണ്ട് അടച്ച് വച്ചിരിക്കുന്നു.

"എന്ത് പറ്റി?"

"തിമിരം. ഒരു കണ്ണിന്റെ ഓപ്പറേഷൻ കഴിഞ്ഞു. മറ്റത് അടുത്ത മാസം വേണം."

"ഈ പ്രായത്തിലോ?"

"ഹ.. ഹ.. ഹ.. തിമിരം വരാനുള്ള പ്രായമൊക്കെ ആയി ഊർമ്മിളേ. ശരി നിങ്ങള് സംസാരിക്ക്."

അയാൾ മുകളിലേക്ക് പടി കയറി പോയി.

“നിങ്ങൾക്കൊരു കുഞ്ഞു വേണ്ടേ മായേ?”

“ആഗ്രഹമില്ലാഞ്ഞിട്ടല്ല ചേച്ചീ... നാഗദോഷം മാറാതെ ഞങ്ങൾക്ക് കുഞ്ഞുണ്ടാവില്ല. നാഗങ്ങളെ കൃത്യമായി പരിപാലിക്കാറില്ല. ഏട്ടന് അതിലൊന്നും ഒരു ശ്രദ്ധയുമില്ല. മുഴുവൻ കാടു പിടിച്ച് കെടക്കാണ്.”

* * *

**കൈ**യിലാരോ തൊട്ടതുപോലെ തോന്നിയപ്പോൾ കണ്ണ് തുറന്നു. ശരീരവും മുഴുവൻ കറുത്ത തുണികൊണ്ട് മൂടിയ രണ്ട് സ്ത്രീകൾ. കൂടെ നല്ല ഉയരത്തിൽ വെളുത്ത ജുബ്ബ ധരിച്ച ഒരാൾ. വെളുപ്പും കറുപ്പും കലർന്ന താടി.

“ചേച്ചീ... കുറച്ച് നീങ്ങിരിക്കോ?” സ്ത്രീകളിൽ ഒരാൾ ചോദിച്ചു. എന്റെ അടുത്തായി അവരിരുന്നു. നല്ല അത്തറിന്റെ മണം. നെറ്റിനുള്ളിൽ സുറുമയെഴുതിയ കണ്ണുകൾ.

“ഇങ്ങളെങ്ങോട്ടാ?” അവർ ചോദിച്ചു.

“പാലക്കാട്.”

“ഒറ്റയ്ക്കാ? ഞമ്മളും അതേ.”

ഞാൻ ചിരിച്ചുകൊണ്ട് പിന്നിലേക്ക് ചാഞ്ഞു. ആഭരണമില്ലാത്ത സ്ത്രീ മറ്റേ സ്ത്രീയോട് ഇപ്പഴും സംസാരത്തിലാണ്. ഒൻപത് മണിക്ക് പാലക്കാട്ടെത്തി.

“കർത്താവിൽ അഭയം പ്രാപിച്ച് കഴിഞ്ഞാൽ പിന്നെ മറ്റൊന്നിലും വിശ്വസിക്കരുത്. മറ്റു ആരാധനാലയങ്ങളിൽ പോവരുത്.”

ആഭരണമില്ലാത്ത സ്ത്രീ മറ്റേ സ്ത്രീയോട് പറയുന്നു. മറ്റേ സ്ത്രീയുടെ മുഖത്ത് ഖനീഭവിച്ചു നിന്നിരുന്ന മൂടൽമഞ്ഞ് അലിഞ്ഞ് പോയിരിക്കുന്നു.

കറുത്ത വസ്ത്രം ധരിച്ചവരും വെളുത്ത ജുബ്ബക്കാരനും ‘ഫ്ളൈ ഓവർ’ കയറാൻ തുടങ്ങി. പിന്നാലെ അവളും. ആഭരണമില്ലാത്ത സ്ത്രീയും മറ്റേ സ്ത്രീയും ഒരു കല്ലിൽ ചവിട്ടി റെയിലിന്റെ മുകളിലേക്ക് ഇറങ്ങി. തൊട്ടടുത്ത പ്ലാറ്റ്ഫോമിലേക്ക് കയറാൻ വിഷ മിച്ച് നിൽക്കുന്ന സ്ത്രീയെ ആഭരണമില്ലാത്ത സ്ത്രീ ആയാസപ്പെട്ട് വലിച്ച് കയറ്റി.

“എന്തെങ്കിലും സഹായം വേണെങ്കി പറഞ്ഞാളി ഞമ്മള് ചെയ്തുതരാം.” താടിക്കാരൻ പറഞ്ഞു.

“വേണ്ട.” അവൾ ചിരിച്ചുകൊണ്ട് പറഞ്ഞു.

മായയുടെ വീട്ടിൽ ചെന്ന് കയറുമ്പോൾ ഉമ്മറത്ത് ആരുമുണ്ടായിരുന്നില്ല. വാതിൽക്കൽ പച്ചമുളകും ചെറുനാരങ്ങയും കോർത്ത് കെട്ടിത്തൂക്കിയിരിക്കുന്നു.

“അല്ല ഇതാരാ ഊർമ്മിളയോ വരൂ.” മായയുടെ ഭർത്താവ് പറഞ്ഞു.

“ഇപ്പം കണ്ണെങ്ങനെയുണ്ട്?”

“ഓപ്പറേഷൻ ചെയ്തിട്ട് കാര്യാന്നൂല്യ. മൂടല് ശരിക്കും മാറീട്ടില്യ. ഊർമ്മിള ഇരിക്കൂ.” അയാൾ കസേര നീക്കിയിട്ടു പറഞ്ഞു. പതിവുപോലെ ടീപ്പോയിൽ മുഹൂർത്തവും, ജ്യോതിഷരത്നവും.

തന്നെ കാണുമ്പോഴേക്ക് ഓടി വരാറുള്ള മായക്കിതെന്തുപറ്റി?!

“മായ എവിടെ?”

“അകത്ത് കെടക്കാണ്.”

“ഉം? എന്ത് പറ്റി?”

“കൂട്ടുകാരിയോട് നേരിട്ട് ചോദിച്ചു നോക്കൂ.” ഊർമ്മിള അകത്തേക്ക് നടന്നു.

കട്ടിലിൽ ചുരുണ്ടുകൂടി കിടക്കുന്നുണ്ടായിരുന്നു മായ. റൂമിലേക്ക് കയറിയതും ഛർദ്ദിലിന്റെ മണമടിച്ചു.

“ആ..... ചേച്ചി വന്നോ?”

“എന്തുപറ്റി മായേ?”

ഊർമ്മിള കട്ടിലിൽ അവൾക്കടുത്തായി ഇരുന്നു.

“ഞാനന്ന് പറഞ്ഞില്ലേ ചേച്ചി, ചേട്ടന്റെ വീട്ടുകാർ ചെയ്തു വച്ച പണിയാ. വനദുർഗയെ സേവിച്ചാ... എതിരാളി എല്ലാ വെള്ളിയാഴ്ചയും ഛർദിക്കും.”

അതും പറഞ്ഞ് അവൾ വീണ്ടും ഛർദ്ദിച്ചു.

“കഴിഞ്ഞ വെള്ളിയാഴ്ചയും ഇതന്യാ അവസ്ഥ. എനിക്ക് വയ്യ ചേച്ചീ. എനിക്ക് ചേച്ചിയുടെ മടിയിൽ കിടക്കണം.” അവൾ പറഞ്ഞു.

ഊർമ്മിളയുടെ മടിയിലേക്ക് തല ചായ്ച്ച് അവൾ ചുരുണ്ടു കിടന്നു. ഊർമ്മിള അവളുടെ മുടിയിലൂടെ ഞാൻ വിരലോടിച്ചു.

“നാഗങ്ങൾ ദോഷം കാണിച്ച് തുടങ്ങി. ചേച്ചി കണ്ടോ ഏട്ടന്റെ മുഖത്തും ദേഹത്തും നിറയെ ചെതുമ്പലാണ്. എന്നിട്ടും അങ്ങേര് പഠിച്ചിട്ടില്ല.” അവൾ പുലമ്പി.

“അതൊക്കെ പോട്ടെ മായാ, നീയിപ്പോൾ ഒന്നു മയങ്ങൂ.” ഊർമ്മിള പറഞ്ഞു.

എത്ര നേരം അങ്ങിനെയിരുന്നുവെന്ന് അറിഞ്ഞില്ല. അവൾ നല്ല ഉറക്കത്തിലാണ്.

“നിനക്കെന്തെങ്കിലും കുടിക്കാൻ തരട്ടെ മായേ?” അവളെ ഉണർത്തി ഊർമ്മിള ചോദിച്ചു.

“വേണ്ട ചേച്ചി. എന്ത് കഴിച്ചാലും ഛർദിക്കും. ചേച്ചിക്കിന്ന് പോവാതിരുന്നുടെ? എന്റെ കൂടെ ഇരിക്കാൻ...”

“അത് പിന്നെ മായേ, ജയേട്ടനും മോനും ഒറ്റയ്ക്കല്ലേ.”

“അത് സാരമില്ല ചേച്ചി. വിളിച്ച് പറഞ്ഞാമതി.”

രാത്രിയിൽ ഛർദ്ദില് മണക്കുന്ന മുറിയിൽ അവളുടെ കൂടെയാണ് ഞാൻ കിടന്നത്.

“ഞാൻ പുലർച്ചെ പോവും കേട്ടോ മായേ?”

“ഉം.” അവൾ മൂളി.

ആ രാത്രി ഊർമ്മിളയ്ക്ക് ഉറങ്ങാൻ കഴിഞ്ഞില്ല. അവളുടെ മനസ്സിലൂടെ പിറകോട്ട് നടക്കുന്ന കുഴിയാനകളും ചിറകുണ്ടായിട്ടും പറക്കാൻ കഴിയാതെ ചുഴിയിൽ പെട്ടുപോയ ഉറുമ്പുകളും അരിച്ച് നടന്നു. വയ്യെങ്കിലും യാത്ര പറയാൻ അവൾ പൂമുഖത്തേക്ക് വന്നു.

“ദൈവത്തിൽ മാത്രം വിശ്വസിക്കൂ മായേ.” ഊർമ്മിള അവളുടെ കൈയിൽ പിടിച്ചു.

“ചേച്ചി ഇനിയെന്നാ വരാ?”

“നിനക്കെപ്പം ആവശ്യമുണ്ടെങ്കിലും വരും.”

“ഏഴ് മണിക്ക് സ്റ്റേഷനിലേക്ക് ഒരു ബസ്സുണ്ട്. അത് പോയാ പിന്നെ ബുദ്ധിമുട്ടാവും. വേഗം നടന്നാ അത് കിട്ടും. റോഡ് വരെ ഞാൻ വരാം.” അയാൾ പറഞ്ഞു.

പുരോഗമനം ഇനിയും ബാധിച്ചിട്ടില്ലാത്ത നാട്ടുവഴിയിൽ വെളിച്ചത്തെ മറച്ചുപിടിച്ചുകൊണ്ട് ധാരാളം മരങ്ങൾ തിങ്ങി നിന്നിരുന്നു. പോരെങ്കിൽ തൊട്ടു മുന്നിൽ നിൽക്കുന്ന ആളെ പോലും തിരിച്ചറിയാൻ പറ്റാത്ത വിധം കനത്ത മൂടൽ മഞ്ഞും അവളുടെ നടത്തം ദുസ്സഹമാക്കി.

“അവൾ പറയുന്നതുപോലെ ഇത് നാഗദോഷമൊന്നുമല്ല. സോറിയോസിസ്സിന്റെ ഒരു വകഭേദം.” അയാൾ പറഞ്ഞു.

“എനിക്കറിയാം.”

“നമുക്കവളെ ഒരു സൈക്കോളജിസ്റ്റിനെ കാണിക്കണം.”

“അതിനവൾ സമ്മതിക്കുമോ?” അയാൾ ചോദിച്ചു.

“ഏട്ടൻ വിഷമിക്കണ്ട, ഞാൻ സമ്മതിപ്പിച്ചോളാം.”

“കാലാനുസൃതമായ മാറ്റത്തേക്കാൾ നമുക്കാവശ്യം കാലാഹരണപ്പെട്ട ചിന്തകളുടെ മാറ്റമാണ്, നമുക്കവളെ മാറ്റിയെടുക്കണം.”

“ഇനി ഞാൻ പൊയ്ക്കോളാം. അവൾ അവിടെ തനിച്ചല്ലേ, ഏട്ടൻ തിരിച്ചു പൊയ്ക്കോളൂ.” അവൾ പറഞ്ഞു.

“വീടെത്തിയാൽ വിളിച്ചുപറയണം.”

തിരിച്ചുനടക്കാൻ തുടങ്ങുമ്പോൾ അയാൾ പറഞ്ഞു. അവൾ കനത്ത മൂടൽമഞ്ഞിലൂടെ മുന്നോട്ടു നടന്നു. കുറച്ച് കഴിഞ്ഞപ്പോഴേക്ക് സൂര്യപ്രകാശത്തിൽ മഞ്ഞുരുകി തുടങ്ങി. അവളുടെ മുന്നിൽ പാത തെളിഞ്ഞ് തുടങ്ങി. ബസ് പിടിക്കാനായി അവൾ വേഗത്തിൽ നടന്നു.

■

# നഷ്ടപ്പെട്ട സ്നേഹത്തിന്റെ പര്യായം

**രാ**വിലെ ഉമിക്കരിയും കൈവെള്ളയിൽ എടുത്ത് പല്ലു തേച്ച് നടക്കുമ്പോഴാണ് ആ വലിയ തറവാടു വീടിന്റെ പിന്നാമ്പുറത്ത് ഏതോ ഒരു മുറിയുടെ താഴെ കുറേ മിഠായിക്കടലാസുകൾ കിടക്കു ന്നത് അമ്മുക്കുട്ടി കണ്ടത്. അവൾ അതെല്ലാം പെറുക്കിയെടുത്തു. എന്നിട്ട് ആ ജനലിന് താഴെ നിന്ന് ഒരു അറ്റത്ത് നിന്ന് എണ്ണി നോക്കി.

"ഒന്ന്. രണ്ട്.. മൂന്ന്.. നാല്..." എന്നിട്ട് ഓടി വീടിന്റെ ഉമ്മറത്തേക്കും അവിടെ നിന്ന് ഇടനാഴിയിലേക്കും ചെന്ന് എണ്ണി: "ഒന്ന്.... രണ്ട്. മൂന്ന്.... നാല്... ഇത് അച്ഛന്റിം അമ്മടീം മുറ്യാണല്ലൊ?"

അവൾ ഒന്ന് സംശയിച്ചു നിന്നു. പിന്നെ മുറ്റത്തേക്ക് ചാടി. മുറ്റത്ത് അച്ഛൻ തോർത്തുമുണ്ട് മാത്രമുടുത്ത് എണ്ണ തേച്ച് നിൽക്കുന്നുണ്ടായിരുന്നു. കുട്ടി അച്ഛന്റെ അടുത്തു ചെന്നു ചോദിച്ചു:

"അച്ഛാ... അച്ഛൻ അമ്മയ്ക്ക് ഇന്നലെ മുട്ടായി കൊടുത്തോ?"

"ഹ... ഹ... ഹ...." അയാൾ ഉറക്കെ ചിരിച്ചു. "അമ്മുക്കുട്ടിക്ക് തരാതെ ഞാൻ അമ്മയ്ക്ക് കൊടുക്കോ? എന്തേ ചോയ്ച്ചത്?"

"മ്ശ്."" അവൾ വീണ്ടും പിന്നാമ്പുറത്തെത്തി മിഠായിക്കടലാസുകൾ പെറുക്കി, അവ ഒരു പ്രത്യേകരീതിയിൽ പിരിച്ച് പാവകളെ ഉണ്ടാക്കാൻ തുടങ്ങി.

"അമ്മൂ ഇവടെ വാ. ഞാൻ കുളിപ്പിച്ച് തരാം." അച്ഛൻ വിളിച്ചു.

കുട്ടി മിഠായിക്കടലാസുകൾ അച്ഛൻ കാണാതെ ഒളിപ്പിച്ചുവച്ചു. കുളി കഴിഞ്ഞ് നെറുകയിൽ രാസ്നാദിപ്പൊടി തിരുമ്മി ഉടുപ്പിടുവിച്ച് അച്ഛൻ പറഞ്ഞു:

"ഇനി അമ്മുക്കുട്ടി പോയ് ചായ കുടിക്ക്."

"ഉം." അവൾ മൂളി.

അവൾ അടുക്കളയിലേക്ക് ചെന്നു. അടുക്കളയിൽ രണ്ട് പാത്രത്തിൽ ദോശ വച്ചിട്ടുണ്ടായിരുന്നു. അവൾ രണ്ടും വേറെ വേറെ എണ്ണി നോക്കി. ഏറ്റവും കുറവുള്ളത് എടുക്കാൻ കുട്ടി എന്നേ ശീലിച്ചിരുന്നു. മറ്റേത് അനിയത്തിക്കാണ്. അറിയാതെ ഒരു ദിവസം കൂടുതലുള്ളത് എടുത്തതിന് രണ്ടാനമ്മയുടെ കയ്യീന്ന് കിട്ടിയ അടിയുടെ ചൂട് ഇപ്പഴും അമ്മുവിനറിയാം. അതുകൊണ്ട് അവൾ ശ്രദ്ധിച്ചേ എടുക്കൂ.

"ഡീ, കഴിച്ച് കഴിഞ്ഞാ ആ കോഴിക്കൂട് തുറന്ന് വെയ്ക്ക്."

ശബ്ദം കേട്ടപ്പോൾ അവൾ തലയുയർത്തി നോക്കി. ചിറ്റമ്മ!

"ഉം... ചെയ്യാം." അവൾ പറഞ്ഞു.

കഴിച്ച് കഴിഞ്ഞ് പ്ലേറ്റും ഗ്ലാസും കഴുകി സ്റ്റാൻഡിൽ വച്ചു. നേരെ പോയി കോഴിക്കൂട് തുറന്നു വച്ചു. തള്ളയും നാല് കുട്ടികളും പുറത്തേക്ക് ചാടി. തള്ള മണ്ണ് ചെനക്കി കൊടുത്തു. കുട്ടികൾ ചെറു ജീവികളെ കൊത്തിത്തിന്നാൻ തുടങ്ങി. അതിനിടയിൽ ഒരെണ്ണം തള്ളയുടെ മുതുകത്ത് കയറുകയും തിരിച്ച് മുറ്റത്തേക്കുതന്നെ ചാടുകയും ചെയ്തു.

കുറച്ചുനേരം അത് നോക്കിനിന്നശേഷം അവൾ തിരിച്ച് ഉമ്മറത്തേക്ക് കയറി. ഇടനാഴിയിലെ പഴയ മരഗോവണിയിലൂടെ തട്ടിൻപുറത്ത് കയറി. അവിടെയും നാല് മുറികളുണ്ട്. മുറികൾക്ക് പുറത്തുള്ള ഇടനാഴിയിൽ ഒരു ഓരത്ത് പഴയ സാധനങ്ങൾ കൂട്ടിയിട്ടിട്ടുണ്ടായിരുന്നു.

"മ്യാവ്..."

കൂടിയിട്ട പഴയ സാധനങ്ങളുടെ ഇടയിലെ ചാക്കിൽ കിങ്ങിണിപ്പൂച്ചയും മൂന്ന് കുഞ്ഞുങ്ങളും.

"അയ്യോ നീ പെറ്റത് ഞാനറിഞ്ഞില്ലല്ലോ കിങ്ങിണി? നല്ല രസണ്ട്, നിന്റെ കുട്ട്യോളെ കാണാൻ."

അവൾ കൈ നീട്ടി കുഞ്ഞുങ്ങളെ തൊടാൻ ശ്രമിച്ചു.

"മ്യാവൂ.." പൂച്ച പുലിയെപ്പോലെ ചീറ്റിക്കൊണ്ട് അവളുടെ നേരെ വന്നു.

"അയ്യോ അമ്മേ..." അവൾ പിന്നോക്കം വീണു.

"എന്താ അമ്മൂ?"

കുട്ടി തല ചെരിച്ച് നോക്കി. അച്ചച്ഛനാണ്. മുകളിലത്തെ മുറിയിലാണ് അച്ചച്ഛൻ താമസിക്കുന്നത്. അച്ചച്ഛന് വേണ്ട കാര്യങ്ങളൊക്കെ അമ്മുക്കുട്ടിയാണ് നോക്കുന്നത്. അച്ചച്ഛനും അച്ചമ്മയും

തമ്മിൽ മിണ്ടില്ല. അച്ചമ്മയ്ക്ക് ആറ് മക്കളെ കൊടുത്ത് തന്റെ കടമ കഴിഞ്ഞു എന്ന് കരുതി ദേശാടനത്തിന് പോയതാണ് അച്ചച്ഛൻ. അച്ചച്ഛച്ചൻ പോകുമ്പം മൂത്തമകന് പത്ത് വയസ്സ്. അതായത് അമ്മൂന്റെ അച്ഛൻ. പിന്നെ വരുന്നത് അമ്മൂന്റെ അച്ഛന് നാല്പത്തഞ്ച് വയസ്സായിട്ടാണ്. അപ്പോഴേക്കും അച്ചച്ഛന് വയസ്സായിട്ടുണ്ടായിരുന്നു.

ഒരുദിവസം രാത്രി തറവാടിന് പുറത്ത് ഒരു ജീപ്പ് വന്നു നിന്നു. അന്ന് ഒരു ജനക്കൂട്ടം തന്നെയുണ്ടായിരുന്നു. അതിന്റെ ഇടയിൽ കൂടെ അമ്മുക്കുട്ടി കണ്ടു. എന്നും സന്ധ്യയ്ക്ക് അമ്മുക്കുട്ടിയെ മടിയിലിരുത്തി അച്ചമ്മ പറയാറുള്ള തന്റെ കഥയിലെ നായകനെ.

അച്ചച്ഛൻ പോയതിൽ പിന്നെ അച്ചമ്മ കഷ്ടപ്പെട്ടാണ് കുട്ടികളെ വളർത്തിയത്. ആ കഥയാക്കെ അമ്മുക്കുട്ടിക്കറിയാം. അമ്മുക്കുട്ടിയുടെ അച്ഛൻ വലുതായി ജോലിയായതിൽ പിന്നെയാണ് അച്ചമ്മയ്ക്ക് ആശ്വാസമായത്.

“അതിന്റെ കുട്ട്യോളെ എടുക്കാനാന്ന് വിചാരിച്ചിട്ടുണ്ടാവും അത്.” അച്ചച്ഛൻ പറഞ്ഞു.

“ന്നാലും ഞാൻ വളർത്തണതല്ലേ, കിങ്ങിണിക്കെന്നെ അറിയാലോ?”

“അതിന് മനുഷ്യരെ പോലെ വിശേഷബുദ്ധി ഇല്ലല്ലോ അമ്മുക്കുട്ടീ അതിന്റെ അടുത്തേക്ക് പോണ്ടാട്ടോ.”

“അപ്പം കിങ്ങിണിക്ക് പഴേപോലെ ന്നോട് സ്നേഹണ്ടാവില്ലെ?”

“ഹ...ഹ..ഹ....” അച്ഛൻ ചിരിച്ചു. “പിന്നല്ലാതെ കുറച്ച് വലുതായാ പൂച്ച കുഞ്ഞുങ്ങളെ വിട്ട് പോവും. അത് വീണ്ടും അമ്മുക്കുട്ടിയുടെ അടുത്തേക്ക് വരും.”

“അച്ഛന്മാരല്ലേ തള്ളേനിം കുട്ട്യോളീം വിട്ടിട്ട് പോവ്വാ?” അച്ചച്ഛന്റെ മുഖത്തെ ചിരി മാഞ്ഞു.

“അമ്മുക്കുട്ടി പറഞ്ഞത് ശര്യാ. വിശേഷബുദ്ധി ഇല്ലാത്ത മനുഷ്യന്മാരുമുണ്ട്.”

അച്ചച്ഛൻ എഴുന്നേറ്റ് ചാരുകസേരയിലിരുന്നു. അമ്മുക്കുട്ടിക്ക് സങ്കടം വന്നു. ചോദിക്കണ്ടായിരുന്നു.

“അച്ചച്ഛൻ ഇത്രേം കാലം എവടേർന്നു?” അച്ഛാച്ചന്റെ ചുണ്ടിൽ വീണ്ടും ചിരി വന്നു.

“ഒരു കടേല് വാച്ച്മാനായിരുന്നു.”

“ന്ന്ട്ട് അച്ചച്ഛന്റെ കൈയില് ഒരു വാച്ച് പോലും ഞാനിത് വരെ കണ്ടിട്ടില്ലല്ലോ?”

“അമ്പടി കള്ളീ... നീയാള് കൊള്ളാലോ?” അച്ചച്ഛൻ കൈ വീശി.

“ഞാൻ പോവ്വാ.” കുട്ടി മരഗോവണിയിലൂടെ താഴേക്കിറക്കി. ഇരുട്ടുപിടിച്ച് അടുക്കളേല് ആരോ നിന്ന് പുറത്തേക്ക് കൈവീശി ആംഗ്യം കാണിക്കുന്നു. അതാരാണെന്ന് കുട്ടിക്ക് മനസ്സിലായില്ല. അവൾ പതുക്കെ അടുക്കളയിലേക്ക് ചെന്നു.

“ഏ... അമ്മ ആരോടാ കൈ കാണിക്കുന്നെ?” കുട്ടി ചോദിച്ചു.

“പോടി അസത്തെ. ന്റെ പിന്നാലെങ്ങനെ നടന്നാണ്ടല്ലോ?”

അമ്മ കൈയ്യോങ്ങി. കുട്ടി പേടിച്ച് പോയി. അവൾ മുറ്റത്തേക്കിറങ്ങി. അരമതിലിനോടു ചേർന്നുള്ള കനകാംബാളിന്റെ വീട്ടിൽ നിന്നും നല്ല ഫിൽട്ടർ കോഫിയുടെ മണം. കനകാംബാളും മകനും മാത്രമായിരുന്നു അവിടെ താമസം. മകൻ മിക്കവാറും വളരെ ചെറിയ വീടിന്റെ ഉമ്മറത്തിരുന്ന് വളരെ കനമുള്ള പുസ്തകങ്ങൾ വായിക്കുമായിരുന്നു. അമ്മുക്കുട്ടിയുടെ വീട്ടുകാരുമായി അത്ര സ്വരച്ചേർച്ചയിലായിരുന്നില്ല അവർ. എന്നാലും അമ്മുക്കുട്ടി എല്ലാവരുടെയും കണ്ണുവെട്ടിച്ച് കനകാംബാളിനെ കാണാനോടും.

“കുട്ടി വരണത് ആരും കണ്ടില്ലേ?” അവർ അവളെ കെട്ടിപ്പിടിച്ചുകൊണ്ട് ചോദിക്കും.

അമ്മുക്കുട്ടിക്ക് നല്ല ഫിൽട്ടർ കോഫി ഉണ്ടാക്കി കൊടുത്ത് അമ്മുക്കുട്ടിയുടെ ചെറിയച്ചന്മാർ കനകാംബളിനെ ദ്രോഹിച്ച കഥയൊക്കെ കണ്ണ് നനച്ചും മൂക്കു ചീറ്റിയും പറയും. തിരിച്ച് പോകുമ്പോഴും മകൻ ഉമ്മറത്തിരുന്ന് പുസ്തകം വായിക്കുകയാവും. അയാൾ കട്ടി കണ്ണടക്കുള്ളിലൂടെ നോക്കി ചിരിച്ചുവെന്ന് വരുത്തും.

കുട്ടി തിരിച്ച് വീടിന്റെ ഉമ്മറത്തേക്കു തന്നെ വന്നു. കൊകൊ കോകൊ... തള്ളക്കോഴി എന്തിനേയോ കണ്ടിട്ടെന്നപോലെ അപായ സൂചന കൊടുത്തുകൊണ്ടിരുന്നു. തൊട്ടപ്പുറത്ത് കിങ്ങിണി പൂച്ച പാത്തും പതുങ്ങിയും നിക്കണു. കോഴിയമ്മ കുഞ്ഞുങ്ങളെ ചിറകിനടിയിലാക്കി.

“എടീ... കിങ്ങിണീ.... നിനക്ക് നിന്റെ കുഞ്ഞുങ്ങളെ തൊട്ടപ്പം എന്താ ദേഷ്യം അതുപോലെ തന്നെയല്ലേ കോഴിയമ്മയ്ക്കും. പോ... പോ....”

അവൾ പൂച്ചയെ ആട്ടി. തിരിച്ച് വീട്ടിലേക്ക് കയറി. വീട് മുഴുവൻ അച്ഛനെ തിരഞ്ഞു. കണ്ടില്ല. കുളി കഴിഞ്ഞ് പുറത്തേക്ക് പോയിട്ടുണ്ടാവും. അവൾ തിരിച്ച് ഇരുട്ട് പിടിച്ച ഇടനാഴിയിലേക്ക് കയറി. മുകളിൽ അച്ചച്ഛന്റെ അടുത്തിരിക്കാം. അപ്പഴാ അവൾ കണ്ടത് അടുക്കളയിൽ വച്ച് അമ്മയുടെ കൈയിൽ മിഠായി കൊടുക്കുന്നു ഒരാൾ.

അയാൾ അമ്മയോടെന്തൊക്കെയോ സംസാരിക്കുന്നു. അമ്മ ചിരിക്കുന്നു. അമ്മു കോണിച്ചോട്ടിലേക്ക് മാറി നിന്നു. അച്ചമ്മ മുറ്റത്ത് നെല്ല് ചിനക്കിയിടുന്നത് അമ്മുകുട്ടി കണ്ടു. അടുക്കളയിൽ നിന്ന് അയാൾ ഇടനാഴിയിലേക്ക് കയറി.

“ചെറിയച്ഛൻ?”

അമ്മുക്കുട്ടിയുടെ ചെറിയച്ഛൻ കല്യാണം കഴിഞ്ഞ് രണ്ട് മാസമായി. ചെറിയമ്മ കുഞ്ഞുവാവയെ കൊണ്ടുവരാൻ അവരുടെ വീട്ടിലേക്ക് പോയതാണെന്ന് അച്ചമ്മ പറഞ്ഞിട്ടുണ്ട്. അയാൾ ധൃതിയിൽ രണ്ടാമത്തെ മുറിയിലേക്ക് കയറി പോയി.

അമ്മ മിഠായി സാരിത്തലപ്പ് കൊണ്ട് മറച്ചു പിടിച്ച് നാലാമത്തെ റൂമിന് മുന്നിലെത്തി.

“ചെറിയച്ഛനാണോ അമ്മയ്ക്ക് മുട്ടായി തരണത്?” കുട്ടി ചോദിച്ചു.

“അഹങ്കാരി എന്താടി നീ ഇല്ലാക്കഥ ഉണ്ടാക്കുന്നേ? പോ... പുറത്ത്.”

അവർ കൈ വീശി എന്നിട്ട് അകത്ത് കയറി വാതിൽ കൊട്ടിയടച്ചു. കുട്ടി സങ്കടത്തോടെ വീടിന്റെ പിന്നാമ്പുറത്തെത്തി. അവിടെ നാലാമത്തെ മുറിയുടെ താഴെ മിഠായിക്കടലാസുകൾ വീണുകൊണ്ടിരുന്നു. കുട്ടി അത് പെറുക്കിയെടുത്ത് പിരിച്ച് പിരിച്ച് ജീവനില്ലാത്ത പാവകളെ ഉണ്ടാക്കിത്തുടങ്ങി.

■

# സമം വിപരീതം എന്നീ സമസ്യകൾ

**എ**ന്റെ ഭർത്താവിന്റെ സമമായിരുന്നു 'അയലത്തെ അദ്ദേഹം' എന്ന സിനിമ. പക്ഷേ അയലത്തെ അദ്ദേഹത്തിന്റെ ഭാര്യയുടെ വിപരീത മായിരുന്നു ഞാൻ.

അയലത്തെ അദ്ദേഹം: ഒരു മനുഷ്യ ജീവിയാണ് തന്റെ ഭാര്യ എന്ന ഒരു പരിഗണന ഒരിക്കലും അയാൾ അവൾക്ക് കൊടുത്തിരുന്നില്ല. എപ്പോഴും അയാൾ അവളെ കുറ്റം പറഞ്ഞുകൊണ്ടേയിരിക്കും. അവൾ തയ്യാറാക്കുന്ന ഭക്ഷണം സ്വാദില്ലെന്നും കഴുകിയ തുണികൾ വൃത്തിയാവുന്നില്ലെന്നും അയാൾ പറഞ്ഞിരുന്നു. അയാൾ അവൾക്ക് വസ്ത്രങ്ങൾ വാങ്ങി കൊടുക്കുന്നതോ മുല്ലപ്പൂ വാങ്ങിച്ച് കൊടുക്കുന്നതോ ഞാനിതുവരെ കണ്ടിട്ടില്ല. വീട്ടിലേക്കാവശ്യമുള്ള അരിയും പച്ചക്കറിയും കൊടുക്കുന്നത് ഒരു ഔദാര്യമായി അയാൾ കണക്കാക്കി. അവർ ഒന്നിച്ചിരുന്ന് സംസാരിക്കുന്നതോ ചിരിക്കുന്നതോ ഞാനിത് വരെ കണ്ടിട്ടില്ല. തന്റെ മുഖത്ത് സ്ഥിര താമസക്കാരനായ ഗൗരവക്കാരനെ ഇറക്കിവിടാൻ അയാൾ ഒരുക്കമായിരുന്നില്ല. ഇത്രയൊക്കെ ആയിരുന്നെങ്കിലും അയാളോട് എതിർത്ത് ഒരു വാക്ക് അവൾ പറഞ്ഞിരുന്നില്ല. എല്ലാ കുറ്റവും ഏറ്റുവാങ്ങി ഒരു മൂലയ്ക്ക് തലയും താഴ്ത്തി ഒതുങ്ങിനിന്നു.

രാവിലെ അയാൾ എഴുന്നേൽക്കുന്ന ഒരു മണിക്കൂർമുൻപ് അവൾ എഴുന്നേൽക്കും. വീട് വൃത്തിയാക്കി കുളിച്ച് നിൽക്കണമെന്ന അയാളുടെ നിർബന്ധബുദ്ധിയെ അനുസരിച്ചുകൊണ്ടവൾ നേരിട്ടു. താൻ എഴുന്നേറ്റു എന്നതിന്റെ അടയാളമായി അയാൾ മുരടനക്കുകയും ഉമ്മറത്തെ കസേരയിൽ വന്നിരിക്കുകയും ചെയ്യും. ഉടനെ അവൾ ചായയും പത്രവുംകൊണ്ട് ഓടിവരും. ചായയ്ക്ക് അയാളുടെ പാകം തെറ്റിയാൽ അവൾ കാൺകെ അയാൾ കപ്പ് നീക്കിവെക്കും. ഉടനെ അവൾ അത് മാറ്റി പുതിയത് കൊണ്ടുവരും.

അയാൾ കുളിച്ച് വരുമ്പോഴേക്കും പ്രാതൽ തയ്യാറാക്കി മേശ മേൽ വച്ചിരിക്കും. അയാൾ കഴിച്ച് എഴുന്നേറ്റ് പോയാൽ അയാളുടെ എച്ചിൽപ്ലേറ്റിൽ അവൾ കഴിക്കും. ആ വിധേയത്വം അയാൾ നന്നായി ആസ്വദിക്കും. ഷർട്ടിന്റെ ബട്ടണിട്ട് കൊടുക്കുന്നതും ചെരിപ്പ് തുടച്ചു കൊടുക്കുന്നതും കൈയിൽ ബാഗെടുത്ത് കൊടുക്കുന്നതും അവൾ തന്നെയായിരുന്നു. എന്നിട്ടും അവളോട് യാത്ര പറയുകയോ നോക്കു കയോ ചെയ്യാതെ അയാൾ ബൈക്ക് സ്റ്റാർട്ടാക്കി പോകും. അയാൾ കണ്ണിൽനിന്നും മറയുന്നതുവരെ അവൾ നോക്കി നിൽക്കും, പരി ഭവമില്ലാതെ.

ഭർത്താവിന്റെ ആയുരാരോഗ്യത്തിനുള്ള വ്രതങ്ങളൊക്കെ ഒന്നൊഴിയാതെ അവൾ നോറ്റിരുന്നു. പറയത്തക്ക ബന്ധുക്കളാരും അവളെക്കാണാൻ വന്നിരുന്നില്ല. ഒരുപക്ഷേ അയാൾക്കിഷ്ടമില്ലാ യിരിക്കും. പക്ഷേ അവളുടെ അമ്മാവന്റെ മകൻമാത്രം മാസത്തിൽ രണ്ടുതവണ മുടങ്ങാതെ വന്നിരുന്നു. നേന്ത്രക്കായയും, പച്ചക്കറി കളും പലഹാരങ്ങളും അയാൾ കൊണ്ടുവന്നിരുന്നു. അപ്പോൾ മാത്ര മാണ് അവളുടെ ചിരിയും വർത്തമാനവും താൻ കേട്ടിരുന്നത്. അവ ളുടെ ഭർത്താവ് പൊയ്ക്കഴിഞ്ഞായിരുന്നു അയാൾ വന്നിരുന്നത്. അയാൾ തിരിച്ചു വരുന്നതിന് മുൻപ് ഇയാൾ തിരിച്ചു പോവുകയും ചെയ്യും. അയാൾ പൊയ്ക്കഴിഞ്ഞാൽ അതിലൊരു പങ്ക് എനിക്കു തന്നിരുന്നു.

“എന്താ അയാൾ കല്യാണം കഴിക്കാത്തത്?” ഒരിക്കൽ ഞാൻ അവളോട് ചോദിച്ചു.

“എനിക്കറിയില്ല ചേച്ചി. ഞാനതൊന്നും ചോദിക്കാറില്ല. ചെലപ്പം ഇഷ്ടായില്ലെങ്കിലോ?”

പണ്ട് ഒന്നിച്ച് കളിച്ച് വളർന്നവരാണെന്നുമാത്രം അവൾ പറഞ്ഞു.

ഇത്രയൊക്കെയാണെങ്കിലും അവൾ ഭർത്താവിനോട് കാണി ക്കുന്ന ഭക്തിയും വിധേയത്വവും എനിക്കില്ല എന്ന ചിന്ത എന്നിൽ കുറ്റബോധം വളർത്തി. ഞാൻ മാറാൻ തീരുമാനിച്ചു. ഞാൻ എന്റെ ഭർത്താവ് എഴുന്നേൽക്കുന്നതിന് മുൻപുതന്നെ എഴുന്നേൽക്കുകയും അദ്ദേഹത്തിന് ചായ നൽകുകയും എച്ചിൽപാത്രത്തിൽ തെല്ലറ പ്പോടെയെങ്കിലും ഭക്ഷണം കഴിക്കുകയും ചെയതു. ഷർട്ടിന്റെ ബട്ട ണുകൾ ഇട്ടുകൊടുക്കുകയും ചെരുപ്പ് തുടച്ചു കൊടുക്കുകയും ബാഗ് എടുത്തുകൊടുക്കുകയും ചെയ്തു.

ആ വിധേയത്വം എന്റെ ഭർത്താവിനെ സന്തുഷ്ടനാക്കുകയും വണ്ടിയിൽ കയറിയാൽ എന്നെ നോക്കി പതിവില്ലാതെ ചിരിക്കു കയും ചെയ്തു. പക്ഷേ എന്നിലെ യഥാർത്ഥ വ്യക്തിത്വം പുതിയ

വ്യക്തിത്വവുമായി പത്തിൽ പത്തു പൊരുത്തവും ചേർന്ന് കല്യാണം കഴിച്ചവരെപ്പോലെ എന്നും കലഹിച്ചിരുന്നു. മനപ്പൊരുത്തമെന്ന യഥാർത്ഥ പൊരുത്തതിന്റെ അപാകത മുഴച്ചുനിൽക്കുന്നതുപോലെ എന്നിൽ എന്നോടുതന്നെ അവജ്ഞ മുഴച്ചുനിന്നു. പക്ഷേ, തർക്കുത്തരം പറയുന്ന, മിണ്ടിയാൽ പിണങ്ങുന്ന തന്റെ ഭാര്യ താൻ എന്തു പറഞ്ഞാലും മറുത്തൊന്നും പറയാതെ ആജ്ഞാനുവർത്തിയായി നിൽക്കുന്നതു കണ്ടപ്പോൾ അയാൾക്ക് താൻ ഇപ്പോഴാണ് ഒരു യഥാർത്ഥ ഭർത്താവാണെന്ന് തോന്നിത്തുടങ്ങുകയും അയലത്തെ അദ്ദേഹത്തിന്റെ വിപരീതം ആയി തുടങ്ങുകയും ചെയ്തു.

പതിവുപോലെ ഒരു ദിവസം അമ്മാവന്റെ മകന്റെ വരവും പോക്കിനുശേഷം പലഹാരവും കൊണ്ട് വന്നു തിരിച്ചിറങ്ങുമ്പോൾ അടക്കാനാവാത്ത എന്റെ ചോദ്യം ഞാൻ തുറന്നു:

"“മഞ്ജു... ഞാനൊരു കാര്യം ചോദിച്ചാൽ സത്യം പറയോ?”

“എന്താ ചേച്ചീ.”

“നിനക്ക് നിന്റെ ഭർത്താവിനെ എങ്ങനെ ഇത്രമാത്രം സ്നേഹിക്കാൻ കഴിയുന്നു?”

അവൾ പെട്ടെന്ന് മുഖം താഴ്ത്തി. വീണ്ടും ഉയർത്തിയപ്പോൾ അത് നിറഞ്ഞ് തുളുമ്പാൻ പാകത്തിന് നിന്നിരുന്നു.

“ഇതൊക്കെ ഒരഭിനയമല്ലേ ചേച്ചീ.” ഭർതൃഭക്തിയും പാതിവ്രത്യവും മറ്റുള്ളവരെ ബോധ്യപ്പെടുത്താൻ. പിന്നെ കുറ്റബോധം തീണ്ടാതെ സ്വയം ബോധ്യപ്പെടാൻ. വേറെ വഴിയില്ല ചേച്ചി.”

പറഞ്ഞുകഴിഞ്ഞപ്പോഴേക്ക് നിറഞ്ഞ കണ്ണുകൾ തുളുമ്പി. അതുകൊണ്ട് എന്റെ മുഖം അവൾ വ്യക്തമായി കണ്ടിരിക്കണം. പക്ഷേ അപ്പോഴേക്കും അവളുടെ മുഖം എനിക്ക് അവ്യക്തമായിരുന്നു

അതോടുകൂടി ഞാൻ വീണ്ടും അയൽക്കാരിക്ക് വിപരീതവും എന്റെ ഭർത്താവ് അയൽക്കാരന് സമവും ആയി മാറി.

■

# പ്രണയത്തിര

**അ**വളുടെ കവിളിലൂടെ ഒലിച്ചിറങ്ങിയ ഉപ്പുരസം അവളുടെ കാലുകളെ തഴുകി സാന്ത്വനിപ്പിക്കാൻ വന്ന ഉപ്പുരസത്തിലലിഞ്ഞു പോയി.

"നീയെന്തിന് കരയുന്നു?" തിര ചോദിച്ചു.

"ഞാൻ തെറ്റ് ചെയ്തു." അവൾ പറഞ്ഞു.

"എന്ത് തെറ്റ്?"

"ഇരയെ കാത്തിരിക്കുന്ന എട്ടുകാലി വലയാണ് പ്രണയം എന്ന് ഞാൻ തിരിച്ചറിയാൻ വൈകി. ശീതീകരിച്ച മുറിയിലെ വിവസ്ത്രയാക്കപ്പെട്ട എന്റെ പ്രണയം പുറംലോകക്കാഴ്ചയുടെ ചില്ലുജാലകത്തിലിരുന്ന് എല്ലാവരും കാണുകയാണിപ്പോൾ ഇനി എനിക്ക് നീ മാത്രമാണഭയം. നിനക്ക് മാത്രമേ ഇനിയെന്നെ സ്നേഹിക്കുവാൻ സാധിക്കൂ. എനിക്ക് നിന്നിലഭയം പ്രാപിക്കണം. നിന്നിലലിഞ്ഞ് ചേരണം."

"തീർച്ചയായും നിനക്കെന്നിലഭയം പ്രാപിക്കാം. പ്രണയിനിയായി എന്നിലലിഞ്ഞുചേരാം." അവൻ പറഞ്ഞു.

"വരൂ പ്രിയപ്പെട്ടവളെ..." അവളുടെ കാലുകളിൽ സ്നേഹത്തോടെ നുരഞ്ഞ് പതഞ്ഞുകൊണ്ടവൻ പറഞ്ഞു. അവൾ വിറയ്ക്കുന്ന കാൽവെപ്പുകളോടെ മുന്നോട്ട് നടന്നു. അവൻ അവളുടെ കാലുകളെ കൂടുതൽ ശക്തിയോടെ തന്നിലേക്ക് വലിച്ചടുപ്പിച്ചു. അവൾ പെട്ടെന്ന് വേച്ച് വീഴാൻ പോയി. അവൻ ഒരു കാമുകന്റെ സ്വാതന്ത്ര്യത്തോടെ കാൽമുട്ടിന് മുകളിലേക്ക് കയറാൻ തുടങ്ങി. അവൾക്ക് ഇക്കിളിയായി.

"നീ നടന്ന് ക്ഷീണിച്ചോ?"

"ഉം." അവൾ മൂളി.

"ഇനി നിന്നെ ഞാൻ എടുത്തു കൊണ്ടുപോവട്ടെ." അവൻ ചോദിച്ചു.

“കൊണ്ടുപോയ്ക്കോളൂ.” അവൾ പറഞ്ഞു.

അവൻ അവളെ ആപാദചൂഡം പുണർന്ന് പൊക്കിയെടുത്ത് വട്ടം ചുഴറ്റി.

“ശ്ശോ... എനിക്ക് തല കറങ്ങുന്നു.” അവൾ പറഞ്ഞു.

“പേടിക്കേണ്ട, നീ എന്റെ കൈകളിൽ സുരക്ഷിതയാണ്.”

“എനിക്ക് വല്ലാതെ ശ്വാസം മുട്ടുന്നു.” അവൾ അവന്റെ ആലിംഗനത്തിൽ നിന്ന് കുതറി മാറാൻ ശ്രമിച്ചു.

“അതെന്റെ പ്രണയാധിക്യത്താൽ നിനക്ക് തോന്നുന്നതാണ്.” അവൻ വീണ്ടും അവളെ തന്നിലേക്ക് വലിച്ചടുപ്പിച്ചു.

“മുത്തും പവിഴവുംകൊണ്ട് സർവ്വാഭരണവിഭൂഷിതയായി അലങ്കരിച്ച് എന്റെ കൊട്ടാരത്തിൽ എന്റെ രാജകുമാരിയായി നിന്നെ ഞാൻ വാഴിക്കാം.”

“നീയും എന്റെ ശരീരത്തേയാണോ കാമിക്കുന്നത്?” അവൾ ചോദിച്ചു.

“അല്ല നിന്റെ ശരീരത്തെ ഞാൻ എപ്പഴേ ഉപേക്ഷിച്ചു. നോക്കു...”

അവൾ താഴേക്ക് നോക്കി. തന്റെ കവചം മീനുകൾ പൊതിഞ്ഞിരിക്കുന്നു.

“ഹൊ! രക്ഷപെട്ടു. ഞാൻ രക്ഷപ്പെട്ടു.” അവൾ ഒരു ഭ്രാന്തിയെ പോലെ പുലമ്പി.

“അതിനുള്ളിൽ കിടന്ന് ഞെരിപിരികൊള്ളുകയായിരുന്നു ഞാൻ. പുറത്ത് കടക്കാൻ വെമ്പുകയായിരുന്നു. നീയാണെന്നെ തിരിച്ചറിഞ്ഞത്. നീയാണന്നെ രക്ഷപെടുത്തിയത്.”

“നോക്കൂ, നീയിപ്പോൾ സ്വതന്ത്രയാണ്. എനിക്ക് മുകളിലൂടെ നീയിപ്പോൾ ഭാരമില്ലാതെ ഒഴുകി നടക്കുകയാണ്. നിനക്കിപ്പോൾ ദുഃഖങ്ങളില്ല, കണ്ണീരില്ല, നിരാശയില്ല ശാന്തത മാത്രം. ഇതാണ് പ്രണയം, ഇതാണ് സ്നേഹം. ആ അനുഭൂതി നീ അറിയുന്നുണ്ടോ?” അവൻ ചോദിച്ചു .

ആ ശാന്തതയിൽ അലിഞ്ഞ് ചേർന്ന് ഒഴുകി നടക്കുന്നതുകൊണ്ടാ എന്തോ അവൾ മറുപടി പറഞ്ഞില്ല. അവൻ വീണ്ടും എട്ടുകാലി വലയിലകപ്പെട്ട ഇരകളെ സാന്ത്വനിപ്പിക്കാനായി നുരഞ്ഞ് പതയുന്ന പ്രണയത്തോടെ കരയിലേക്ക് കുതിച്ചു.

■